खांडेकर रजत-स्मृती पुष्प

नवी स्त्री

वि. स. खांडेकर

संपादक

डॉ सुनीलकुमार लवटे

मेहता पब्लिशिंग हाऊस

please contact us at **Mehta Publishing House Pvt. Ltd.**, Pune 411030.
✆ +91 020-24476924 / 24460313 / Mob. No. 9545000513
Email : production@mehtapublishinghouse.com
Website : www.mehtapublishinghouse.com

NAVI STRI by V. S. KHANDEKAR

नवी स्त्री : वि. स. खांडेकर / कादंबरी

संपादक : डॉ सुनीलकुमार लवटे

Email : author@mehtapublishinghouse.com

संस्थापक : सुनील अनिल मेहता

प्रकाशक : मेहता पब्लिशिंग हाऊस प्रा. लि.,
१९४१, सदाशिव पेठ, माडीवाले कॉलनी, पुणे – ४११०३०.

मुद्रक : ट्रिनिटी ॲकॅडमी फॉर कॉर्पोरेट ट्रेनिंग लिमिटेड

मुखपृष्ठ : चंद्रमोहन कुलकर्णी

प्रकाशनकाल : सप्टेंबर, २००१ / मे, २००४ / ऑगस्ट, २००८ / डिसेंबर, २०१२ / ऑगस्ट, २०१४ / जानेवारी, २०१७ / जानेवारी, २०१८ / पुनर्मुद्रण : सप्टेंबर, २०२२

किंमत : ₹ १७०

P Book ISBN 9788177662160
E Book ISBN 9789386342409
E Books available on : amazonkindle Apple Books Google Play Books

---

नव्या स्त्रीची घडण

वि. स. खांडेकर १९१९ साली लौकिक अर्थाने लेखक झाले; परंतु त्यांचे खरे लेखन मात्र तत्पूर्वीच सुरू झाले होते. 'शनिमाहात्म्य' नाटक हे त्यांचे पहिले लेखन- अपत्य. लेखक होण्याच्या महत्त्वाकांक्षेने पछाडलेल्या काळात लिहिलेले त्यांचे हे नाटक उपलब्ध नाही. 'शनिमाहात्म्य'च्या कथानकावर मी लिहिलेले नाटक उपलब्ध नाही 'ही माझ्यापेक्षाही मराठी वाचकांच्या भाग्याची गोष्ट आहे.'[१] असे म्हणत खांडेकरांनी मराठी साहित्याच्या प्रांगणात ठेवलेल्या पहिल्या पावलाची मिश्किल कबुली दिली होती.

लघुकथा- लेखनाच्या दशकभराच्या रियाझानंतर खांडेकर कादंबरी- लेखनाकडे वळले. 'हृदयाची हाक' (१९३०) लिहून कादंबरीच्या प्रांतात त्यांनी भीतभीतच पाऊल टाकले. परंतु भारतीय साहित्यातील ज्ञानपीठसारखा सर्वोच्च सन्मान त्यांना 'ययाति' कादंबरीसाठीच मिळाला होता, हे आपणांस विसरता येणार नाही.

कथा, कादंबरी शिवाय खांडेकरांनी रूपक कथा, ललित निबंध, लघुनिबंध, वैचारिक लेख, साहित्य समीक्षा, व्यक्तिचित्रे, पटकथा नि संवाद, संपादन, अनुवाद, नाटक, विनोदी लेख, प्रस्तावना असं चतुरस्र लेखन केलं. या त्यांच्या विपुल साहित्याचा सर्वंकष विचार करता कथात्मक लेखन हाच त्यांचा मूळ पिंड होता, हे सहज लक्षात येते. त्यांच्या मुलाखती, भाषणांतूनही याची पुष्टी होते.

खांडेकरांच्या कथात्मक साहित्याचे स्वत:चे असे वैशिष्ट्य आहे. त्यांच्या मनात विचाराचे एक सूत्र असते. ते आपले कथानक त्या विचारसूत्राभोवती गुंफतात. त्यातून त्यांची कथा, कादंबरी साकारते. पैसा, सत्ता, कीर्तीपेक्षा प्रीती हीच खरी संपत्ती आहे. अशी 'हृदयाची हाक' देणाऱ्या कादंबरीपासून ते 'सोनेरी स्वप्नं भंगलेली'पर्यन्त खांडेकर सतत वाचकांना नवी दृष्टी देताना दिसतात, आपल्या शेहेचाळीस वर्षांच्या कादंबरी- लेखनाच्या प्रवासात त्यांनी अठरा कादंबऱ्या लिहिल्या. पैकी आजवर सोळा प्रकाशित झाल्यात. उर्वरित दोन 'नवी स्त्री' नि 'वृन्दावन' अपूर्ण रचना होत.

---

१. 'दोन ध्रुव' : प्रस्तावना

'सोनेरी स्वप्नं भंगलेली' ही त्यांची आजवर प्रकाशित एकमेव अपूर्ण कादंबरी. हिंदीत मात्र ती पूर्ण करून अनुवादित केली आहे. आज खांडेकरांची दुसरी अपूर्ण कादंबरी 'नवी स्त्री' वाचकांच्या हातांत देताना आनंद होत आहे. 'वृन्दावन' चे एक प्रकरण हाती लागले आहे. ती कादंबरी पण मूळ प्रत मिळाल्यास प्रकशित करण्याचा मानस आहे.

खांडेकरांच्या- 'क्रौंचवध' ते 'अश्रु' कादंबरी- लेखनात जवळ-जवळ एक तपाचा काळ असा आहे, की त्या काळात कादंबरीकार म्हणून मौन धरून आहे. काहींनी त्या वेळी खांडेकरांची प्रतिमा आटल्याची आवई उठवली होती. वस्तुस्थिती तशी नव्हती. या काळात त्यांनी अनेक कथा, पटकथा, संवाद लिहिले. या खंडित कालखंडातच (१९४२ ते १९५४) त्यांची 'नवी स्त्री' ही कादंबरी 'वसंत' मासिकात मार्च ते ऑक्टोबर १९५० च्या दरम्यान क्रमशः प्रकाशित होत होती. ती पूर्ण करण्याच्या लेखकाच्या आश्वासक निवेदनानंतरही[२] ती न क्रमशः प्रकाशित झाली, न पूर्ण झाली. वरील काळात जी बारा प्रकरणे प्रकाशित झाली, ती रूढ अर्थाने अपूर्ण कादंबरी असली, तरी सूचकतेच्या निकषावर तीस पूर्णच म्हणता येईल. 'नवी स्त्री' तिच्या लेखनाच्या 'सुवर्णमहोत्सवी' वर्षात (१९५०-२०००), लेखकाच्या 'रजतस्मृती' वर्षी (१९७६-२००१) नि आपला भारत देश २००१ हे वर्ष 'महिला सबलीकरण वर्ष' म्हणून साजरे करत असताना प्रकाशित होत आहे. हा अपूर्व योग! तो खांडेकरांच्या साहित्याच्या पुनर्मूल्यांकनाचा प्रस्थानबिंदू ठरावा.

खांडेकरांना अभिप्रेत असलेली नवी स्त्री केवळ आधुनिक व सुशिक्षित नको होती. नव्या स्त्रीचे संस्कारीकरण, आधुनिकतेच्या जडणघडणीत माणूस म्हणून कसे होईल, याचा त्यांना ध्यास लागलेला असायचा. 'नवी स्त्री' कादंबरी-लेखनात ही तळमळ पानोपानी स्पष्ट होते. नव्या युगाचे, बदलाचे आव्हान केवळ मुठी वळून नि हात उगारून स्त्रीस पेलता येणार नाही. सामाजिक संघर्षात तिची भूमिका सामंजस्याची, अंगा-खांद्यांवर नव-नवीन दायित्व पेलणारी 'जबाबदार समाजधुरीण' म्हणून खांडेकरांना अभिप्रेत होती. 'नवी स्त्री'पूर्व कादंबऱ्यांतून प्रतिबिंबित होणारं स्त्री-जीवन आणि स्त्री व्यक्तिमत्त्व हे पांढरपेशी नि मध्यवर्गीय खरंच! पण त्यास पारंपरिक खचितच म्हणता येणार नाही. समाजजीवन व स्त्री-पुरुषांतील विषमता ही त्यांच्या स्त्री चित्रणाची प्रेरणा होती. या सर्व पार्श्वभूमीवर 'नवी स्त्री' ची नायिका ललिता व तिच्या रूपाने नव्या स्त्रीच्या मनातील घालमेल आपण समजून घ्यायला हवी.

'नवी स्त्री'चं कथाबीज खांडेकरांच्या मनात अंकुरलं. त्याला शिरोड्यातील वास्तव्याची दाहक पार्श्वभूमी आहे. लज्जारक्षण करण्याएवढे सुद्धा वस्त्र नाही, म्हणून

---

२. वसंत, जानेवारी १९५१ पृ. २५

घराबाहेर न पडणारी श्रमजीवी स्त्री खांडेकरांनी कोकणातील वाड्या-वस्तींत पाहिली होती. ते पाहून संवेदनशील खांडेकरांचे मन विदीर्ण होणे स्वाभाविक होते. तेथील उपासमार, अस्पृश्यता पाहून, केवळ राजकीय गुलामगिरी नाहीशी होऊन आपला देश सुखी होणार नाही, याची त्यांना खात्री पटली होती. त्यासाठी राजकीय क्रांतीच्या जोडीने सामाजिक क्रांती अवतरली पाहिजे, असे त्यांचे म्हणणे होते. सामाजिक क्रांती आणि सामाजिक सुधारणा यांच्यांतील अंतर ते जाणून होते. पुनर्विवाह करणे, पदवीधर होणे, नवऱ्याबरोबर फिरायला जाणे यांसारख्या घटनांचे महत्त्व तत्कालीन स्त्रीच्या दृष्टीने 'शतकृत्य'च समजले जायचे. त्या वेळचे स्त्री-जीवन बहुरूपी दु:खाने घेरलेले असायचे. प्रौढविवाह, प्रेमविवाह, आन्तरजातीय विवाहाचा आचार-विचार रुजायचा तो काळ होता. (१९५०). स्त्री-पुरुषांतील दरी आजच्या मानाने कितीतरी रुंद नि खोल होती. अशा स्थितीत सर्वस्पर्शी समतेचा पुरस्कार झाल्याशिवाय नवी स्त्री निर्माण होऊ शकणार नाही, हे खांडेकरांनी पुरेपूर ओळखले होते. स्त्री दासतेच्या बेड्या तोडण्याची अनिवार ओढ त्यांच्या मनात होती. तत्कालीन स्त्रीचे करुण जीवन आठवले, की त्यांच्या डोळ्यांपुढे प्रतीक म्हणून एक चित्र उभे राहायचे - 'या क्षणी आकाशात आनंदाने हसणारी; पण दुसऱ्याच क्षणी खळकन तुटून पाषाण होऊन पृथ्वीवर पडणारी तारका!'[3]

'जगात खरा धर्म एकच आहे - समता! जगात जागृत देवता एकच आहे.

-मानवता!!'[४] याबद्दल खांडेकर नि:शंक होते. या भूमिकेतूनच ते 'क्रौंचवध' मध्ये गांधीवाद व समाजवादाचे उघड नि आग्रही समर्थन करत बजावतात की, 'आजचे शाप कृतीचे असले पाहिजे.'[५] या सर्व पार्श्वभूमीवर लिहिली गेलेली 'नवी स्त्री' कादंबरी म्हणजे अनुकरणीय वस्तुपाठच होय. समाजवादाविषयीची आस्था खांडेकरांच्या मनात दृढमूल होण्यास दुसऱ्या महायुद्धानंतरची स्थिती कारणीभूत आहे. या युद्धानंतर जगभरच्या सामाजिक स्थितीचा कायकल्प झाला. या वेळच्या आपल्या मन:स्थितीस, गोंधळास तत्कालीन बदलते परिदृश्य कसे जबाबदार आहे, याचे मनोवेधक विवेचन खांडेकर आपल्या, 'सांजवात' कथासंग्रहाच्या प्रस्तावनेत विस्ताराने करताना दिसतात. 'सांजवात' व 'नवी स्त्री' एकाच मनोभूमिकेतून जन्मास आलेली साहित्यिक अपत्ये होत. वैचारिक पृष्ठभूमीच्या निकषावर ती जुळी भावंडेच शोभावीत! खांडेकरांच्या दृष्टीने महायुद्धोत्तर व स्वातंत्र्योत्तर काळ हा माणूस म्हणून कसोटीचा होता.

---

३. उल्का, प्रस्तावना पृ. १८, १९

४. प. तत्रैव पृ. २३

५. क्रौंचवध, प्रस्तावना पृ. २९

''कसोटीच्या काळात माणसांचे मुखवटे गळून पडतात हेच खरे ! महायुद्ध-काळात तेच घडले. ते मुखवटे दूर झाल्यावर त्याच्या आड लपलेल्या, मनुष्य म्हणून गौरविल्या जाणाऱ्या प्राण्याची जी हिंस्र, भेसूर आणि भीषण स्वरूपे प्रकट होऊ लागली, ती पाहायची माझ्या मनाची तयारी नव्हती...... जणू काही मी सुंदर स्वप्नातून जागा झालो. त्या स्वप्नात मी नंदनवनात होतो. आता माझ्याभोवती सहारा पसरला..... या काळात मनुष्य या नावावर हक्क सांगणाऱ्या द्विपाद प्राण्याच्या अध:पाताचे सर्व नमुने मी पाहिले.... गटेने 'फाऊस्ट' नाटकात शारीरिक सुखासाठी सैतानाला आत्मा विकणारा नायक चित्रित केला आहे. या नायकाचे छोटे-मोठे अवतार जीवनातल्या सर्व क्षेत्रांत दृग्गोचर होऊ लागले..... नव्या भारतीय समाजाचा पाया म्हणून जी सामाजिक मूल्ये गृहीत धरून मी १९३० ते १९४० या दशकात लेखन केले, ती माझ्या डोळ्यांदेखत धडाधड कोसळत होती.... माझे पूर्वीचे सारे आवडते विषय मला एकदम जुने वाटू लागले. अनेक कथा-कादंबऱ्यांची संकल्पित कथानके दुबळी दिसू लागली. केरसुणीने समुद्र मागे हटविण्याचा प्रयत्न करणाऱ्या म्हातारीपेक्षा आपण अधिक काय करू शकणार? या विचाराने मन बेचैन झाले. मानवतेच्या मूलभूत मूल्यांवरच घाव घालणाऱ्या नव्या बिकट प्रश्नांशी ललित लेखक या नात्याने आपली कुवत ओळखून कशी झुंज घ्यावी?''[६] अशा द्वंद्वात्मक, किंकर्तव्यविमूढ मन:स्थितीतून जन्माला आलेली 'नवी स्त्री' कादंबरी वैचारिक अधिष्ठान घेऊन येणे स्वाभाविकच म्हणावे लागेल. खांडेकरांची ही कादंबरी तत्कालीन सामाजिक स्थितीचा पट विस्तारत स्त्रीजीवन व व्यक्तिमत्त्व आचार-विचारांनी आधुनिक, प्रागतिक तद्वतच कृतिशील कसं होईल, म्हणून प्रयत्न करताना दिसते. समाजवाद, गांधीवाद, मानवतावाद यासारख्या विचारांची रुजवण खांडेकर क्रांतीऐवजी हृदयपरिवर्तनाने करताना दिसतात.

'नवी स्त्री' ची नायिका ललिता, तिचे वडील तात्यासाहेब, मित्र दिवाकर समाजवादी समाजरचना यावी, म्हणून काया, वाचा, मने धडपडतात. दुसरीकडे मगनभाई, काकासाहेब नि कमलाकर भांडवलशाही रचनेची मुळं आणखी खोल रुतवू पाहत आहेत. या पार्श्वभूमीवर ललिता नव्या स्त्रीची प्रतिनिधी बनून व्यक्तिगत स्वार्थापेक्षा समाजहित श्रेष्ठ मानून सर्वस्व त्यागास तयार होते. इतकेच काय, इतरेजनांना आपणांबरोबर बदलू इच्छिते. ती हे परिवर्तन म. गांधींच्या विश्वस्त कल्पनेस प्रमाण मानून करताना दिसते – या साऱ्यात ललिता एक आदर्श, जबाबदार, नवी स्त्री म्हणून प्रतिबिंबित होते. संपूर्ण कादंबरीचा पट हा नव्या स्त्रीच्या प्रागतिक जडणघडणीचा आलेख आहे. स्वातंत्र्योत्तर काळात नवी स्त्री कशी घडत

---

६. 'सांजवात', प्रस्तावनेतून,

होती, याचा हा चक्षुर्वैसत्यं चित्रपट होय. नवी स्त्री काळाच्या संदर्भात कसा विचार करत होती? तिच्या मनीषा काय होत्या? ती कोणती स्वप्नं पाहायची? कोणत्या परिस्थितीतून तिला वाट शोधावी लागायची? तिची व्यक्तिगत नि सामाजिक समज कशी नि किती प्रगल्भ होती? हे सारे आजच्या कसोटीवर पन्नास वर्षे मागे जाऊन पाहण्याचा– अनुभव देणारी ही कादंबरी ललित कृती म्हणून जशी वाचनीय ठरते, तशी वैचारिक रचना म्हणून अस्वस्थही करते. एका अर्थाने 'नवी स्त्री' म्हणजे 'स्त्री प्रबोध गीता' होय.

नव्या स्त्रीनं कायद्याचा अभ्यास करायला हवा. १४४ कलम म्हणजे काय, हे तिला कळायला हवं. तिला शिकून झाल्यावर विवाह तर करायचाच आहे. त्या पलीकडे जाऊन ती काय करू शकते ? उपवर मुलगी म्हणजे दुकानात विक्रीकरता ठेवलेली रबरी बाहुली आहे का ? मुलाप्रमाणे मुलीला पण मन असते. तिला मुलाइतकेच स्वातंत्र्य मिळायला हवे. स्त्री अद्याप पुरुषाची दासीच आहे. तो तिला आपली मैत्रीण मानीत नाही, ही खांडेकरांची खंत या कादंबरीत काळाच्या पुढे पन्नास वर्षे नेत असल्याने आजही तितकीच प्रासंगिक वाटते. कादंबरीतील स्त्रीविषयक प्रश्नांची मांडणी खांडेकर ज्या तळमळीने करतात, ते पाहता खांडेकर 'दुबळे ललित लेखक' होते, म्हणणाऱ्यांना आपली गृहीते नव्याने तपासावी लागतील. ही कादंबरी खांडेकर 'क्रान्तदर्शी विचारवंत' असल्याचे स्पष्ट करते. कारखाना श्रमिकांचा झाला पाहिजे, म्हणून गळ घालणाऱ्या कॉम्रेड दिवाकराला ललिताचे वचन देणे

–सामाजिक प्रश्नांच्या सोडवणुकीचा मार्ग क्रांती नसून, समन्वय असल्याचीच ग्वाही होय.

'नवी स्त्री' चं अपूर्ण कथानक संघर्षाच्या, द्वंद्वाच्या, ज्या शिखरावर येऊन थांबलंय तो बिंदू म्हटला तर पूर्ण म्हटला तर अपूर्ण आहे. वाचक आपापल्या कल्पनेने अपूर्ण कथानक पूर्ण करू शकतात. अपूर्ण कथानकात पूर्णतेच्या अनेक संभावना अंगभूत असतात. कथानकाचा शेवट सूचक आहे. त्यात पताकास्थानाचा संकेत आहे. नवी स्त्रीचं हे एक आगळं वैशिष्ट्य आहे. अपूर्णतेमुळं निर्माण झालेलं! कादंबरी शेवटाला सुरू होते. वाचून झाल्यावर प्रत्येक जण ती आपापल्या परीनं पूर्ण करू पहातो... या कादंबरीत एखाद्या श्रेष्ठ काव्याप्रमाणे लक्ष-लक्ष बिंबं निर्माण होतात... एक मात्र खरं... प्रत्येकाचा शेवट मनुष्य कल्याण केंद्रीय असेल... ही शक्यता एका स्त्रीच्या आश्वासक वचनाने निर्माण होते 'नवी स्त्री' समाजाभिमुख होईल तर गांधीजीच्या स्वप्नातील भारत, स्त्रीचं सबलीकरण, स्वावलंबन शक्य होईल असा आशावाद जागवणारी 'नवी स्त्री' कादंबरी वैश्विकीकरणाच्या वात्याचक्रात सापडलेला स्त्रीच्या मिठाईकरणास खचितच छेद देईल !

'नवी स्त्री' कादंबरी तुम्हां सर्वांपर्यन्त पोहोचवण्याच्या माझ्या धडपडीस

आदरणीय मंदाताई खांडेकर, सर्व खांडेकर कुटुंबीयांनी ज्या आस्थेने अनुमती दिली, त्याबद्दल ऋण व्यक्त करायचे, तर शब्द अपुरे ठरावेत. मेहता पब्लिशिंग हाऊसचे श्री. अनिल मेहता व सुनील मेहता हे पिता-पुत्र खांडेकर साहित्याचे पुनरुज्जीवक प्रकाशक. त्यांनी खांडेकरांचे समग्र असंकलित साहित्य प्रकाशित करायचा विडा उचलला आहे. आजवर त्यांनी उचललेली शिवधनुष्ये पाहता, हे काम म्हणजे तृणभारच. पण तो ऋणभाराच्या श्रद्धेने ते उचलत आहेत. त्यांच्या ऋणात राहणेच मी पसंत करीन.

'नवी स्त्री'ची ही प्रत शिवाजी विद्यापीठाच्या बॅ. खर्डेकर ग्रंथालयाच्या पुरातत्त्व कक्षातून उपलब्ध झाली. ती देण्याचा उदारपणा दाखवणारे तत्कालीन कुलगुरु आदरणीय प्रा. द. ना. धनागरे, ग्रंथपाल सौ. सुमित्रा जाधव, पुरातत्त्व कक्षाचे श्री. बापूसाहेब माने व अन्य कर्मचारी सर्वांचे आभार खरं तर, उपचारापलीकडची गोष्ट होय. सर्वांबद्दल माझ्या मनात सदैव कृतज्ञता राहील.

– डॉ. सुनीलकुमार लवटे
'निशांकुर', रणनवरे वसाहत,
राजीव गांधी रिंग रस्ता,
सुर्वेनगर जवळ, कोल्हापूर ४१६००७.
दूरध्वनी - (०२३१) २३२४४०५

मध्यरात्र

ललिता दचकली. डोळे उघडून ती भोवताली पाहू लागली. तिला एकदम हसू आले. तिने टेबलावरल्या घड्याळाकडे पाहिले. बाराला पाच मिनिटे होती. मघाशी साडेअकरा वाजले होते. म्हणजे? आपण पंचवीस मिनिटे काय करीत होतो, हे तिचे तिलाच आठवेना! आपण खुर्चीवर बसून नुसत्या डुलक्या घेत होतो? छान!

तरी बरं! या चहाटळ कलिकेनं हे पाहिलं असतं- तर

तिने खुर्ची हळूच वळवून मागच्या बाजूला पाहिले. तोंडावरून पांघरूण घेऊन कलिका गाढ झोपी गेली होती. दहाचे ठोके पडले. तेव्हाच ती म्हणाली होती,

'तू खुशाल जागत बैस, लले! मी कुठं तुझ्यासारखी स्कॉलर आहे? मी रात्रभर जागले म्हणून मराठीचं बक्षीस मला थोडंच मिळणार आहे! मला नाही बाई, झोप आवरत! कुणी तरी म्हटलंय् ना? झोप आणि प्रीती या सख्ख्या बहिणी आहेत, त्यांची मोहिनी पडली, की माणसाला मुकाट्यानं डोळे मिटून घ्यावे लागतात.'

ललितेने एक मोठी जांभई दिली. आळोखेपिळोखे देऊन आळस झाडण्याचा तिने प्रयत्न केला. तिने पुन्हा खुर्ची वळविली. टेबलावर अस्ताव्यस्त पडलेली सात-आठ पुस्तके, भिंतीला टेकून ठेवलेल्या त्यांच्या चवडी, त्या पाच-पंचवीस लठ्ठ लठ्ठ वह्या- का कुणाला ठाऊक! लहानपणी आपण चूल-बोळक्यांचा पसारा मांडून अशाच बसत होतो, या गोष्टीची तिला आठवण झाली!

आता वाचीत बसावे, असे काही केल्या तिला वाटेना!

उद्या परीक्षेचा शेवटचा दिवस, बी.ए.ला मराठीचे बक्षीस मिळवायचे, असा निर्धार करून तेवढ्यासाठी दोन वर्षांपूर्वी आपण मुद्दाम पुण्याला शिकायला आलो. उद्या शेवटचे पेपर, म्हणून आपण जेवण झाल्यापासून पुस्तकात तोंड खुपसून बसलो. पलीकडच्या शैलाच्या खोलीतून गप्पांचा किलबिलाट कितीतरी वेळ आपल्याला ऐकू येत होता. आपण अगदी संतापून गेलो मग 'हा कोण, गडे, आला' हे शैला गुणगुणत असलेले गाणे आपल्या कानांवर पडले. 'मन मंदिरि माझ्या' या शब्दांचा

पुन्हापुन्हा लाडकेपणाने ती करीत असलेला उच्चार --टेबलावरल्या टीकाग्रंथांतली सारी घटपटादी खटपट आपण विसरलो आणि शैलाच्या गोड गळ्यातून निघणाऱ्या त्या स्वरलहरींवर एखाद्या सुगंधासारखे तरंगत गेलो. वाहत वाहत कुठे बरे गेले आपले मन? कॉलेजजवळच्या त्या गुलमोहराच्या झाडाजवळ त्याची ती लाल लाल फुले -

रस्त्यावर वाजत-गाजत काय चालले आहे, हे पाहण्याकरिता धावत जाणाऱ्या अवखळ मुलाला आईने खसकन् मागे ओढावे, तसे तिने आपल्या मनाला शैलजेच्या गोड सुरांपासून परावृत्त केले होते. पुन्हा साडेअकरा वाजल्यापासून --

टेबलावरल्या पुस्तकांवरून तिने झरझर नजर फिरविली. गेली दोन वर्षे स्वप्नातसुद्धा दिसणारी ती पुस्तके, जिवलग मैत्रिणींप्रमाणे हितगूज करणाऱ्या त्या लठ्ठ लठ्ठ वह्या, समोरचे ते सारे जग तिला निर्जीव आणि परके वाटू लागले.

तिला एकदम लहानपणाची एक गोष्ट आठवली. तात्यांच्या बरोबर सर्कस पाहायला आपण गेलो होतो. रंगणात वाघ-सिंहाची कामे पाहताना आपण जणू काही एखाद्या किर्र जंगलांत फिरत आहो, असे तिला वाटले होते. त्यांच्या डरकाळ्या ऐकताना तिचे बालमन अद्‌भुतरम्य सृष्टीत भीत-भीत संचार करीत होते. खेळ संपल्यावर सर्कशीच्या मालकांनी तात्यांना चहाचा आग्रह केला. चहा पिऊन उठेपर्यंत घटका, दोन घटका सहज लोटल्या. घरी परत जाताना ते वाघ-सिंह पुन्हा पाहायचा हट्ट आपण धरला. तात्या त्यांच्या पिंजऱ्यापाशी आपल्याला घेऊन गेले. गॅसबत्त्यांच्या मंद प्रकाशात, पिंजऱ्याच्या कोपऱ्यात अस्ताव्यस्त पडलेल्या त्या प्राण्यांकडे आपण पाहिले. त्यांचा मघाचा तो रुबाब कुठल्या कुठे नाहीसा झाला होता. रंगणात भयंकर वाटणारा वाघ एखाद्या मोठ्या मांजरासारखा दिसत होता. आणि त्या सिंहाचे डोके? हातात चिमटा घेऊन नि अंगाला राख फासून संध्याकाळी रस्त्याने जाणाऱ्या लांब केसांच्या बुवासारखा तो वाटला आपल्याला....

सरस्वतीची सर्कस. चांगला मथळा होईल हा एखाद्या अग्रलेखाचा! आता तात्यांना मदत करायला सुरुवात केली, की केव्हातरी हा अग्रलेख लिहायचाच, असा विचार तिच्या मनात येऊन गेला. सरस्वतीची सर्कस हे शब्द ती स्वत:शीच दोन, तीन वेळा पुटपुटली. त्या शब्दांतला अनुप्रास, त्यांच्यांतून सूचित होणारी कल्पना यांनी मोठ्या गोड गुदगुल्या केल्या तिला!

ती हसतच खुर्चीवरून उठली आणि खिडकीकडे जाऊ लागली. जाता-जाता तिचे लक्ष कलिकेच्या खाटेकडे गेले. उजेडात झोप येत नाही, म्हणून डोक्यावरून पांघरूण घेऊन रागारागाने निजली होती ती मघाशी! भर उन्हाळ्यात या पोरीला घुंगटात झोप तरी कशी येते, हेच ललितेला कळेना! ती हळूच तिच्यापाशी गेली. एखाद्या लहान मुलाच्या जखमेची पट्टी सोडावी, तशी हलक्या हाताने तिने तिच्या तोंडावरली चादर दूर केली. निद्रामग्न कलिकेच्या मुद्रेकडे नजर जाताच ललितेला

मोठे आश्चर्य वाटले. ती चिडून, फुरगटून झोपी गेली होती. पण आता तिच्या मुद्रेवर रागाची अंधूक छटासुद्धा दिसत नव्हती. किती गोड हसत होती ती! तळ्यात उमलणाऱ्या एखाद्या कमळाच्या कळीसारखी, आई दिसताच ओठ विलग करणाऱ्या पाळण्यातल्या बालकासारखी! तिचे पेपर तसे काही चांगले गेले नव्हते, असे असून झोपेत ती हसत होती!

खिडकीच्या कठड्यावर दोन्ही कोपरे टेकून ललिता बाहेर पाहू लागली. ती क्षणभर दचकली. टोले ऐकू येत होते. एक - दोन... पाच-सहा... अकरा-बारा. हवेत विरणारा तो आवाज तिला घंटानादासारखा वाटला. कुठे तरी दूर पूजा चालली असावी, असा तिच्या मनाला भास झाला. तिने आकाशाकडे पाहिले. काळोखात चमकणारी नक्षत्रे क्षणमात्र तिला फुलांसारखी भासली. महाशिवरात्रीच्या दिवशी शंकराच्या पिंडीवर पांढरी शुभ्र फुले पसरलेली असावीत - अगदी तशी ती कृष्ण अंधकाराच्या मस्तकावर शोभत होती. ललितेला आपल्या या कल्पनेचे कमालीचे कौतुक वाटले. लगेच तिचे तिलाच हसू आले -- हा सारा मुक्तेश्वराच्या अभ्यासाचा परिणाम. असल्या कल्पना काव्यात चालतील, पण वर्तमानपत्राला त्यांचा काय उपयोग?

तिने बाहेर चौफेर पाहिले. दूर दूर काजव्यांसारखे कैक दिवे लुकलुकत होते. आईच्या पदराखाली झोपलेल्या बालकाचा हात किंवा पाय दिसावा, तसे समोरच्या दोन-तीन इमारतीचे अस्तित्व जाणवत होते. पण गेल्या दोन वर्षांत तिला प्रिय झालेली कितीतरी स्थळे अंधारात अदृश्य झाली होती. ती पाहण्याची विलक्षण ओढ तिच्या मनात निर्माण झाली. परवा दिवशी संध्याकाळच्या मेलने --

बारा वाजून गेल्यावर परवा काय म्हणायचे? उद्याच्याच मेलने आपण घरी परत जाणार. विद्यार्थिनी म्हणून काही आपण पुन्हा या जागी येणार नाही. जाण्यापूर्वी आपल्या साऱ्या आवडत्या जागा आपण डोळे भरून पाहायला हव्यात. चांदणे असते, तर --

छे! चांदणे असते, तरी भय्याने आपल्याला भटकायला बाहेर जाऊ दिले असते का?

'ए ललिटले, तो दिवा मालव ना!' कलिकेचे शब्द तिच्या कानांवर पडले.

ललिता हसत-हसत कलिकेपाशी आली आणि खाटेवर बसून तिचे दोन्ही हात घट्ट धरीत म्हणाली,

'ए कले, ऊठ, ऊठ!'

भ्यायल्यासारखा चेहरा करून कलिकेने विचारले,

'का, ग, बाई? चोर-बीर आलाय्, की काय?'

ललिता कृत्रिम गंभीरपणाने म्हणाली,

'साधा चोर नाही. दरोडेखोर शिरलाय् खोलीत!'

'खुशाल शीर, म्हणावं, त्याला!'

'म्हणजे? तुला भय नाही वाटत त्याचं?'

'मी, ग, कशाला भिऊ? चोरीला जाईल, असं आहे काय आता माझ्याजवळ?' उशाशी काढून ठेवलेल्या मंगळसूत्राशी डाव्या हाताने खेळत कलिका उदगारली. 'तू मात्र संभाळ हं, लले. नाही तर संपादिका व्हायची तुझी महत्त्वाकांक्षा राहील बाजूला आणि बसशील एखाद्या दरोडेखोराची बायको होऊन!'

'चल, चावट कुठली!' असे म्हणून ललितेने कलिकेच्या गालावर हळूच चापट मारली.

कलिकेने आपले पांघरुण एकदम फेकून दिले आणि धडपडत अंथरुणावर उठून बसत ती म्हणाली,

'ए लले, आता बी. ए. झाल्यावर कायद्याचा अभ्यास कर तू!'

'तो, ग, कशाला?'

'वडिलांचं वर्तमानपत्र चालविणार आहेस ना तू पुढं? मला वाटतं, पहिल्याच लेखानं तू तुरुंगात जाशील. व्यवहारातल्या अगदी साध्या गोष्टी सुद्धा तुला समजत नाहीत. मालकी हक्क म्हणून जगात काही गोष्टी सुद्धा तुला समजत नाहीत. मालकी हक्क म्हणून जगात काही चीज आहे, हे ज्या विदुषीला समजत नाही, तिला १४४ कलम कधीतरी कळेल का?'

कलिकेचा रोख कशावर आहे, हे काही केल्या ललितेच्या लक्षात येईना 'अहा, रे, स्कॉलर' म्हणून तिच्या तोंडावरून हात ओवाळीत कलिका मिस्किल स्वराने म्हणाली, 'आता तू माझ्या गालावर चापटी मारलीस, की नाही?'

ललितेने होकारार्थी मान हलविली.

'आता तूच सांग मला, जिचं लग्न होऊन तीन महिने झाले आहेत, जी दर शनिवारी-रविवारी आपल्या पतिराजाचं दर्शन घेण्याकरिता जाते, त्या मुलीच्या गालावर कुणाचा हक्क असतो?'

आपण काहीतरी फार मजेशीर बोललो, असे कलिकेला वाटले. पत्ते खेळताना शेवटच्या डावाला ज्याच्या हातात हुकुमाचा एक्का राहिला आहे, असा गडी जसा विरुद्ध पक्षाकडे विजयी दृष्टीने पाहतो, तशी ती ललितेकडे बघू लागली.

गेली दोन वर्षे ललिता कलिकेला अगदी जवळून पाहत आली होती. तिचे बोलणे-चालणे आणि नटणे-मुरडणे बघितले, की ललितेला फुलपाखरांची आठवण होई. कलिकेला चित्रपटांचा फार शौक होता. पण नाच-गाण्यांचे आणि प्रणयकथांचे चित्रपटच तिला अधिक आवडत. ह्यूगोच्या 'लामिझराब्ल' या कादंबरीवर आधारलेला चित्रपट पाहायला मागे आपण वाङ्मयमंडळाचे दहा-पंधरा सभासद गेलो होतो. तो

अर्धामुर्धा झाला नाही तोच कलिका कंटाळली आणि आपल्याला म्हणाली, 'अग, या लेखकाचं खरं नाव ह्यूगो नाही. ते यूगो आहे. you go 'चालते व्हा', असं तो सांगतोय् आपल्याला!' असल्या पोरकट कोट्याही ती नेहमी करी. तिचा गळा गोड होता. पण ती जी गाणी गुणगुणे, ती सारी लुसलुशीत शब्दांनी भरलेली आणि नाचऱ्या चालीनी नटलेली असत! लग्न झाल्यापासून तर तिचे अभ्यासावरले सारे लक्ष उडून गेले होते. ती राहून राहून म्हणायची,

'बी. ए. होऊन काही मुलींचे हात गगनाला लागत नाहीत. शेवटी प्रत्येकीला आपला हात कुणाच्या तरी हातात द्यावाच लागतो. ती दुसरी परीक्षा अधिक अवघड असते हं, बायांनो. ती पास झालेय् मी! अगदी पहिल्या वर्गात. मग तुमच्या या भिक्कार पदवीची पर्वा मी कशाला करू?'

या साऱ्या गोष्टी क्षणार्धात आठवल्यामुळे ललिता तिच्याकडे पाहतच राहिली. ती काहीच बोलत नाही, असे पाहून तिचे दोन्ही खांदे हलवीत कलिका म्हणाली,

'कसला विचार करताय् एवढा, पंडिताबाई?'

'तू इतकी चावट कशानं झालीस, याचा!'

'हे पाहा, लले, तू, किनई, अगदी कुक्कुबाळ आहेस! तू टीकाशास्त्र पुष्कळ वाचलं असशील. पण प्रीतिशास्त्राशी तुझी तोंडओळख सुद्धा नाही. चुंबनाशिवाय ही तोंडओळख होत नाही, हं, पंडिताबाई. समजलं? आणि एकदा ती झाली, म्हणजे त्या शास्त्रात पारंगत झाल्याशिवाय माणसाला चैनच पडत नाही. मी चावटपणानं बोलले ना? तर मग त्याबद्दल सुधाकरांना शिक्षा करायला हवी. माझी एवढी मोठी बी.ए.ची परीक्षा सुरू असताना त्यांनी माझ्या स्वप्नात का, ग, यावं?'

कलिकेची मघाची मुग्ध मोहक मुद्रा ललितेच्या डोळ्यापुढे उभी राहिली. किती सुंदर दिसत होती. ती त्या वेळी! हे स्वप्नच पडत असावे तेव्हा तिला!

कलिकेने एकदम एक मोठी जांभई दिली आणि ललितेला हात जोडून ती म्हणाली,

'आता झोपा, बाईसाहेब, नाहीतर उद्या पेपर लिहिताना पेंगायला लागाल!'

बोलता-बोलताच ती अंथरुणावर कलंडली. दिव्याकडे पाठ करून तिने तोंडावर चादर ओढली आणि खोटे खोटे घोरायला सुरुवात केली.

ललिता खाटेवरून उठली. टेबलावर ठेवलेल्या तांब्यातले गार गार पाणी ती घटाघटा प्याली. दिवा मालविण्याकरिता तिने बटनावर बोट ठेवले. इतक्यात टेबलाच्या उजव्या कोपऱ्यात पडलेल्या एका पुस्तकातून डोकावून पाहणाऱ्या पाकिटाकडे तिचे लक्ष गेले. संध्याकाळी ते पत्र घाईघाईने वाचून त्या पुस्तकात खुपसून ठेवले होते तिने. मग अभ्यासाच्या नादात त्याचा तिला विसर पडला होता. तिने ते वेडेवाकडे फाडलेले पाकीट बाहेर काढले आणि आतले पत्र उघडून ती ते वाचू

लागली. तात्यांच्या नेहमीच्या पत्रासारखे ते लांबलचक नाही, ही गोष्ट संध्याकाळीच तिच्या मनात आली होती. आताही तीच तिला पुन्हा जाणवली. गेल्या पाच-सहा महिन्यांतच तात्या अशी लहान-लहान पत्रे का लिहायला लागले आहेत, हे कोडे ती सोडवू लागली. पण काही केल्या ते तिला सुटेना. तात्या एकदा गप्पा मारायला बसले, की तासन् तास त्यांची बैठक उठायची नाही. अगदी स्वयपांकघराच्या दारात पाट घेऊन आईशी बोलायला बसले, तरी! लिहायला बसले - मग ते मुलीला पाठवायचे पत्र असो किंवा दुसरे दिवशीचा अग्रलेख असो - की ते कधी थोडक्यात आटपायचे नाही. ललितेला लहानपणापासून हा अनुभव होता. देशपांडे मास्तर नेहमी थट्टेने म्हणायचे,

'तात्यांना विंचवाचं शेपूट तयार करायला बसवा. ते मारुतीचं शेपूट तुमच्या हातांत दिल्याशिवाय राहायचे नाहीत.'

मग हल्लीच अशी तोकडी पत्रे ते का लिहितात? त्यांच्या जिवाला बरे वाटत नाही, की, त्यांचा तो रक्तदाबाचा त्रास तर पुन्हा सुरू झाला नसेल ना?

पत्र एकदा नीट वाचून ती ठेऊन देणार होती पण ते वाचताच संध्याकाळपेक्षा तिच्या मनाचा अधिक गोंधळ झाला. ती ते पुन्हा वाचू लागली -

'तुझी धाकटी मावशी चार दिवसांपूर्वी आली आहे. ती किती दिवस राहणार आहे, याची कल्पना नाही. ती तुझी सारखी आठवण काढीत असते. तेव्हा परीक्षा संपताच तू नीघ. गुरुवारी तुझी परीक्षा आटपेल. तेव्हा शुक्रवारच्या मेलनं तुला निघता येईल. त्याच मेलनं काकासाहेबांचे चुलत पुतणे कमलाकर इकडे येणार आहेत. तुम्ही दोघं बरोबर आलात, तर बरं होईल, असं काकासाहेब तीन-चार वेळा माझ्याशी म्हणाले. म्हणून हे पत्र पाठवीत आहे. शुक्रवारी सकाळी अगर दुपारी पुण्याला येऊन रात्रीच्या मेलनं तुला घेऊन निघण्याविषयी त्यांनी कमलाकरांना लिहिलं आहेच. अशी व्यवस्था करण्याचं कारण नाही, असे मी त्यांना चार-दोनदा म्हटलं. पण आपला हट्ट सोडायला ते काही तयार होईनात.

राजगृह या नव्या बादशाही हॉटेलात कमलाकर उतरणार आहेत. ते तुझी चौकशी करायला येतीलच. तू शुक्रवारी मेलनं निघण्याची तयारी ठेव, म्हणजे झालं. बाकी विशेष काही नाही, असं आजपर्यंतच्या पत्रांत लिहीत आलो. या खेपेलाच तसं लिहीत नाही. विशेष पुष्कळ आहे. इथं आल्यावर साऱ्या गोष्टी तुला कळतीलच.'

या पत्रात काहीतरी लिहायचे राहिले आहे, तात्या कुठलीतरी महत्त्वाची गोष्ट मुद्दाम आपल्यापासून लपवून ठेवीत आहेत, असे ललितेला वाटू लागले. आईविषयी किंवा आपल्या भावंडांविषयी तात्यांनी अवाक्षर सुद्धा कसे लिहिले नाही? प्रमिलेची गाण्यातली प्रगती, विमलेचा स्वयंपाकघरातला नवा विजय, मंगलेचा सायकलचा हट्ट— काहीच कसे लिहिले नाही त्यांनी? पोरी, लली, ललोबा ही त्यांची आवडती

संबोधने सुद्धा आजच्या पत्रात नाहीत. विशेष पुष्कळ आहे, म्हणजे काय? असे संदिग्ध लिहिले, म्हणजे माणसाचा जीव कसा टांगल्यासारखा होतो! आपल्यासाठी एखादे स्थळ तर त्यांनी निश्चित केले नसेल ना? मावशी सहज आली आहे, की आईने तिला असल्या काही राजकारणासाठी मुद्दाम बोलावून घेतले आहे? मावशीच्या शब्दाबाहेर मी जाणार नाही, हे आईला पुरे पुरे ठाऊक आहे, म्हणून तर--

चार महिन्यांपूर्वी या कलिकेचे नाही का अचानक लग्न झाले? आपले तात्या एवढे पुढारलेले. वीस वर्षे एका वर्तमानपत्राचे संपादक असलेले. आपल्यावर त्यांची इतकी माया, लहानपणी आपल्याला कोट-टोपी घालून हा माझा मुलगा आहे... म्हणून ते सर्वांना सांगायचे. मॅट्रिक झाल्यावर आपण पुढे शिकायचा हट्ट धरला. त्यांची मिळकत बेताबाताचीच. आई विरुद्ध. असे असून त्यांनी आपल्याला कॉलेजात पाठविले, ते तात्या आपल्याला एकदम कुणाच्या तरी गळ्यात बांधतील? हरतऱ्हेच्या तरुणापुढे आपल्या लाडक्या ललीच्या शरीराचे प्रदर्शन करतील? आणि तात्या ते करायला लागले, तर आपण ते प्रदर्शन मुकाट्याने होऊ द्यायचे? उपवर मुलगी म्हणजे दुकानात विक्रीकरिता ठेवलेली गोंडस रबरी बाहुली आहे का? गिऱ्हाइकाला पसंत पडली, तर त्याने ती घ्यावी. नाहीतर नाक मुरडून— ही घाणेरडी सनातनी रूढीच तात्या पाळणार? मुलाप्रमाणे मुलीला मन आहे. तिला मुलाइतकेच स्वातंत्र्य असले पाहिजे, असे आपल्या अग्रलेखांतून प्रतिपादन करणारे तात्या आपल्या लाडक्या लेकीच्या लग्नाचा प्रश्न निघताच ती सारी तत्त्वे खुशाल पायदळी तुडविणार?

आपल्या मनाच्या या तडफडीचे तिचे तिलाच हसू आले. रात्री उंदराने थोडीशी खडबड करताच चोर चोर म्हणून रस्त्यावर धावत जाणाऱ्या माणसाची गोष्ट लहानपणी तात्या तिला सांगत असत. ती तिला आठवली.

पत्रातल्या वाक्याचा तसा काहीच अर्थ होत नव्हता. असे असून आपल्या मनाने शून्यातून एवढी मोठी कल्पनासृष्टी उभारावी, याचे तिचे तिलाच नवल वाटले.

दिवा मालवून ती अंथरुणावर जाऊन पडली. दिवसभर ताटकळलेल्या तिच्या शरीराला मऊ गादीच्या स्पर्शाने मोठा आराम वाटला. तिने उशीत आपले तोंड खुपसले. पण तिला झोप येईना. कलिकेच्या मघाच्या बडबडीची तिला राहून राहून आठवण होऊ लागली. ती बोलली, ते खरोखरीच चावटपणाचे होते का? तिला पडलेले ते स्वप्न - तो निसर्गाचाच खेळ नव्हता का? उषेच्या स्वप्नात अनिरुद्ध आला तेव्हापासून - छे! तेव्हापासून नाही, त्याच्याही आधीपासून - जगात पहिली स्त्री आणि पहिला पुरुष निर्माण झाल्यापासून - असली स्वप्ने तरुण-तरुणींना पडत आली आहेत, हजारो वर्षे जशी फुले फुलत आहेत, नद्या वाहत आहेत, आकाश सकाळ-संध्याकाळ चित्रविचित्र रंगांनी रंगत आहे, तशीच पिढ्यान्पिढ्या प्रीतीची स्वप्ने माणसे पाहत आली आहेत. कलिकेला आपले स्वप्न काव्यमय रीतीने सांगता

आले नाही. म्हणून आपल्याला तिचे बोलणे चावटपणाचे वाटले. पण, खरे पाहिले, तर -

काय बरे म्हणाली ती? सुधाकर तिच्या स्वप्नात आले आणि - पुढचे काहीच तिने सांगितले नाही. पण आपल्या गालावर सुधाकरांचा हक्क आहे, असे काहीतरी ती...

प्रेम आणि हक्क! या दोन शब्दांची जोडी कानांना किती विचित्र वाटते. अगदी दुधात मीठ घालावे, तशी. आणि तो प्रेमाचा हक्क तरी कशावर गाजवायचा? गालावर? स्त्रीच्या शरीरावर? यात स्त्रीने कौतुक करण्यासारखे, अभिमान बाळगण्यासारखे काय आहे? आपली मावशी मागे व्याख्यानात सांगत असे, तेच खरे! स्त्री ही अद्यापि पुरुषाची दासी आहे. अजून तो तिला आपली मैत्रीण मानीत नाही. म्हणूनच स्वप्नातल्या प्रणयचेष्टांतसुद्धा स्त्री पुढाकार घेऊ शकत नाही. आपण सुधाकराकडे प्रेमाने पाहत आहो, असे स्वप्न कलिकेला का पडू नये? स्त्री आणि पुरुष यांच्यांत हे विचित्र अंतर का असावे? लहान नदी मोठ्या नदीला मिळते. मग संगमाच्या पुढे त्या प्रवाहाला मोठ्या नदीच्याच नावाने लोक ओळखतात. संसारात स्त्रीचं स्थान या लहान नदीसारखंच आहे काय? तिने अनेक कादंबऱ्या आठवून पाहिल्या. तिच्या डोळ्यांतून कितीतरी चित्रपट झरझर गेले. आपल्या आईसारख्या अनेक प्रौढ स्त्रियांचे संसार तिच्या मनश्चक्षूंपुढे उभे राहिले. त्या सर्वांत पुरुष एखाद्या विजयी वीरासारखा भासत होता आणि स्त्री? तिच्या मुद्रेवर आनंद खेळत होता. पण तिच्या डोळ्यांतून पराक्रमाचे तेज मात्र कुठेच प्रगट झाले नव्हते.

ती या कुशीवरून त्या कुशीवर वळली. या विचित्र विचारांनी तिचे मन अधिकच अस्वस्थ झाले. दोन महिन्यांपूर्वी इंग्लिशच्या एका प्रोफेसरांनी दिलेल्या व्याख्यानातले एक विलक्षण वाक्य तिला आठवले. टी. एस. इलियट् व एडिथ सिटवेल यांशी तुलना करीत होते ते! त्यांच्या काव्यांतल्या भेदाचे वर्णन करता करता ते म्हणाले होते,

'या दोघांतला आणखी एक मोठा भेद आपण लक्षात ठेवला पाहिजे. इलियट पुरुष आहे. सिटवेल स्त्री आहे.'

ललितेने इलियट आणि सिटवेल यांच्यापैकी कुणाचीच कविता वाचली नव्हती, त्यामुळे ते वाक्य ऐकताना तिला त्याचा काहीच बोध झाला नव्हता. आताही त्याचा रोख तिच्या लक्षात येईना. पण बोटांत गेलेल्या एखाद्या बारीक कुसळाप्रमाणे ते वाक्य तिच्या मनाला राहून राहून टोचू लागले.

पुन्हा ती कुशीवर वळली. विचारांच्या या वावड्या उडवीत राहण्याचा तिला अगदी कंटाळा आला. उद्या आपले शेवटचे पेपर आहेत, आता शांत झोप आली नाही, तर पेपर लिहिताना डोळ्यांवर झापड येईल, असे तिने मनाला बजावले आणि निग्रहाने डोळे मिटून निद्राधीन होण्याचा प्रयत्न ती करू लागली.

दोन-तीन मिनिटे तिचे मन शांत होते. एखाद्या जंक्शनवर मधेच तास, दोन तास कुठलीही गाडी येत नाही आणि जात नाही, तशी त्याची स्थिती झाली. पण लगेच तिथे दुसऱ्या विचारांची वर्दळ सुरू झाली. तात्यांच्या पत्रातली ओळ नि ओळ तिला आठवू लागली. हा कमलाकर कोण? काकासाहेबांच्या घरी आपण तर त्याला इतक्या वर्षांत कधीच पाहिला नाही. काकासाहेब आपल्यासारख्या परक्या पोरीला जीव की प्राण मानतात! असे असून त्यांचा हा चुलत पुतण्या इतक्या वर्षांत त्यांच्याकडे कधीच कसा आला नाही? त्याची नि आपली तोंडओळख सुद्धा नाही. मग काकासाहेबांनी मी त्याच्याबरोबर यावे, असे तात्यांना का सुचवावे? मी काय कुक्कुबाळ आहे? आईला सुद्धा एकटीला प्रवास करायला लावणारे आपले तात्या! आणि त्यांनीच या कमलाकराबरोबर येण्याविषयी आपल्याला पत्र पाठवावे? काकासाहेबांची ही एक लहर म्हणता येईल. त्यांना मूलबाळ नाही. त्यामुळे आपले कौतुक करायची खोडच जडली आहे त्यांना! मागे नव्हते का ते उत्तर हिंदुस्तानाच्या प्रवासात आपल्याला बरोबर घेऊन गेले? हजार-पाचशे रुपये सहज खर्च केले असतील तेव्हा त्यांनी! असला खर्च त्यांच्या खिजगणतीतसुद्धा नसतो. साखर कारखान्यात त्या गुजराती शेटजीच्या बरोबरीने भागी आहे त्यांची! त्यामुळे असल्या लहरी त्यांना शोभून जातात. पण तात्यांनी-बायकांनी स्वावलंबी झाले पाहिजे- असे नेहमी बोलणाऱ्या आपल्या तात्यांनी - त्याच्याबरोबर यायचा आग्रह आपल्याला का करावा?

ती अतिशय अस्वस्थ झाली, आपल्या दुबळ्या मनाचा राग आला तिला! खूप दारे असलेल्या, पण कुठेच कड्या-कोयंडे नसलेल्या खोलीसारखे झाले होते ते! त्याचे एक दार बंद केले, तर दुसरे वाऱ्याने उघडले. अशी किती दारे लावीत बसायचे माणसाने?

गार वाऱ्याने मस्तक शांत होऊन आपल्याला झटकन् झोप येईल, असे तिला वाटले. ती उठली आणि खिडकीपाशी येऊन उभी राहिली. काळोखाच्या काळ्या कांबळयात स्वत:ला गुरफटून घेऊन बाहेरचे सारे जग झोपले होते. किती तरी वेळ ती त्या अंधाराकडे पाहत उभी राहिली. त्यांची बाळपणीची आठवण तिच्या मनात जागी झाली. रात्री जेवून उठल्यावर मागच्या दारी आचवायला जायला ती भ्यायची! मग तात्या म्हणायचे,

'अग, आता तुझ्या पिढीला बायकांना लढाईवर जावं लागणार आहे. चल, जा, भित्री भागबाई कुठली!'

या नैसर्गिक अंधाराचे पुढे तिला भय वाटेनासे झाले. पण जेव्हा जेव्हा तिच्या आयुष्यात एखादी नवी गोष्ट प्रवेश करी, तेव्हा तेव्हा तिला त्याची आठवण होई. ती बावरून जाई. आयुष्याची आगगाडी अंधारी बोगद्यातूनच प्रवास करीत असते, हे

वाक्य इंग्रजी सहावीत तिने आपल्या सुभाषितांच्या वहीत मोठ्या आवडीने टिपून घेतले होते, ते याच कारणामुळे! तिने शाळेत टाकलेले पहिले पाऊल, परकर सोडून ती साडी नेसायला लागली, तो दिवस, आपल्या स्त्रीपणाची तिला पहिल्यांदा जाणीव झाली, तो क्षण, ती फिरायला गेली असताना कॉलेजातल्या एका वात्रट पोराने तिला एक प्रेमपत्र दिले, ती संध्याकाळ आणि गतवर्षी कॉलेजच्या आवारातल्या त्या गुलमोहराच्या झाडाखाली झालेली दिवाकराची ती शेवटची भेट. या साऱ्या अनुभूतींनी त्या त्या वेळी तिच्या मनात मोठा गोंधळ निर्माण केला होता. प्रत्येक वेळी तिला वाटले होते, आपण एखाद्या भयंकर गुहेत प्रवेश करीत आहो. पुढे हळूहळू त्या गुहेत प्रकाश दिसू लागे, कल्पनेने निर्माण केलेली तिची भीती नाहीशी होई. आजचा दिवस तसाच आहे, की काय, हे तिला कळेना! आपल्याला एवढी हुरहूर कसली लागली आहे? उद्या परीक्षा असून आपल्याला झोप का येत नाही?

दिवाकर? कुठे असेल तो? या वेळी काय करीत असेल? त्याला चुकून तरी आपली आठवण होत असेल का? छे! मराठी वाङ्मय - मंडळाच्या निमित्ताने पहिल्या वर्षी त्याची आपली ओळख झाली. तात्यांचा तो लहानपणापासून चहाता. त्यांच्या वर्तमानपत्राने मला विचार करायला शिकविले, असे तो नेहमी आपल्याला म्हणायचा! त्यामुळे ती ओळख वाढत गेली. पण त्याची ती कम्युनिस्ट मते - ते एकदम भूमिगत होणे - छे! तो आपल्याला पार विसरून गेला असेल!

आपले मन हुरहुरतंय्, ते निराळ्याच कारणामुळे! उद्यां आपल्या विद्यार्थी-जीवनातला शेवटचा दिवस. हा क्षण लवकर यावा, असे गेल्या वर्षात आपल्याला कितीदा तरी वाटले. आता ते जीवन खरेखुरे संपायची वेळ आली. त्यामुळे ते इतक्यात संपले नसते, तर बरे झाले असते, असे आपल्याला वाटू लागलंय्. करनकरीचा वसा माणसाच्या पाचवीला पुजलेला असतो, हेच खरे! आपण जन्मभर विद्यार्थिनीच राहिलो, तर - छे! किती वेडी कल्पना आहे ही! पाळण्यातल्या किरकिऱ्या ललितेची अवखळ परकरी पोर झाली. त्या खोडकर पोरीची बारा-तेरा वर्षांची नाचरी-हसरी ललिता झाली. काकासाहेबांना किती आवडायची ती! त्या नाचऱ्या पोरीचे हुषार विद्यार्थिनीत रूपांतर झाले. आता तिला यौवनाचा उंबरठा ओलांडावा लागेल. ती पत्नी होईल, माता होईल- आणखी-आणखी काय बरे होईल ती?

वादकाच्या करस्पर्शाने कंपित होऊन सतारीच्या तारेने रुणझुणत गोड बोल काढावेत, तसे तिचे शरीर या विचाराने लहरले, मन बहरले. तिने दृष्टीला अभेद्य वाटणाऱ्या समोरच्या अंधकाराकडे पाहिले. लगेच आकाशातल्या अगणित चांदण्यांकडे तिचे लक्ष गेले. जीवन हे असलेच एक गूढ रहस्य आहे, असा तिला भास झाला. या अद्‌भुत रहस्याचा उलगडा आपल्याला कधीतरी होईल का? जिची किल्ली आपल्याला अजून सापडत नाही, अशी ही आयुष्याची विचित्र तिजोरी

-- आपल्यासाठी या तिजोरीत देवाने काय काय भरून ठेवले असेल? कोणत्या प्रकाराची रत्ने -- की त्याची नजर चुकवून तिथे एखादा काळसर्प--

तिचे मन शहारले. शरीर विकल झाले. लहानपणीचे सारे सुख-दुःख आपण तात्यांच्या कुशीत शिरून त्यांना सांगत होतो. मग आईची मांडी हे आपले आश्रयस्थान झाले. आता-- आता आपण मोठ्या झालो. हे अज्ञाताचे रहस्य उलगडण्याकरिता आपण त्यांच्यापासून दूर जाणार. त्या प्रवासात कुणाच्या खांद्यावर मान टाकून आपले दुःख आपण हलके करायचे? कुणाच्या --कुणाच्या?

तिला खिडकीपाशी उभे राहवेना. ती टेबलाकडे आली. दिवा लावून तिने तात्यांचे पत्र पुन्हा वाचायला सुरवात केली. ते वाचता वाचता ती मनात म्हणाली -- कोण आहे हा कमलाकर? आणि त्याच्या सोबतीने मी काय म्हणून प्रवास करायचा?

❒

गुलमोहर आणि–

'अहो बाईसाहेब, रात्री कुठं भटकायला गेला होता?'

कुणीतरी आपल्याशी बोलत आहे; एवढे ललितेला कळले, पण ते कोण आहे व काय बोलत आहे, हे प्रयत्न करूनही तिच्या ध्यानात येईना.

'अहो पंडिताबाई, म्हटलं, रात्री कुठं भटकत होता?'

ते शब्द आता ललितेला नीट ऐकू आले. डोळे न उघडताच ती म्हणाली,

'हे मुलींचं वसतिगृह आहे, कलिकाबाई. इथून रात्री अपरात्री बाहेर जाता येत नाही. तशी सवलत असती, तर सुधाकरांना एका माणसाच्या स्वप्नात कशाला यावं लागलं असतं?'

डोळे न उघडताच ललिता कुशीवर वळली. तिच्या पावलाला हळूच गुदगुल्या करीत कलिका म्हणाली,

'बहुधा लंकेला गेली असावीस तू रात्री! कुंभकर्णानं तुझ्या डोक्यावर हात ठेवलेला दिसतोय्! आज परीक्षेचा शेवटचा दिवस! आणि तू अजून --'

ललितेने एकदम डोळे उघडून पाहिले. उन्हे कितीतरी वर आली होती. ती धडपडतच उठली. तिने कलिकेकडे पाहिले. तिची सौंदर्यसाधना सुद्धा झाली होती. ललिता लगबगीने तोंड धुवायला गेली. जणू काही गाडीची वेळ साधायची आहे, अशा घाईने तिने सारी प्रातःकृत्ये आवरली. तिने आरशात पाहिले, कुंकू मनासारखे लागले नव्हते. पण ती तिळाएवढी टिकली नीटनेटकी करायला तिला वेळ होता कुठे? जेवढे अधिक वाचायला मिळेल, तेवढे बरे, असे ती मघापासून घोकीत होती. ती टेबलापाशी आली. हातात घेतलेले पुस्तक उघडून ती खुर्चीवर बसणार, तोच पलीकडच्या खोलीतून शैलजेचा आवाज तिला ऐकू आला. ती गात होती. 'अखियाँ, मिलाके- चले नहीं जाना- चले नहीं जाना -' खालून हसण्या-खिदळण्याचा आवाज तिच्या कानी आला. ती खिडकीपाशी जाऊन पाहू लागली. खालच्या अंगणात तिघी चौघी विद्यार्थिनी हसत खिदळत उभ्या होत्या, त्या काय

बोलत होत्या, कुणाला ठाऊक! पण त्यांचे ते मनमोकळे हास्य - मधूनच दिसणारी एखादीची नाजूक पांढरीशुभ्र दंतपंक्ती, दुसरीचे खिदळण्याबरोबर हेलकावे घेणारे वेण्यांचे शेपटे, तिसरीचे ते डुलत-झुलत बोलणे, सारेच तिला मोठे मजेदार वाटले. तिने मागे वळून पाहिले. दगडाच्या मूर्तीतले देवत्व लोप पावावे, तसा भास मेजावरला तो ग्रंथसंभार पाहून तिला झाला. ती पुस्तके उघडावीत, परीक्षेला जे प्रश्न येण्याचा संभव आहे, त्यांची उजळणी करावी, हा विचार आता तिला अगदी रूक्ष वाटू लागला. तिने खिडकीतून दूरवर दृष्टी टाकली. कॉलेजच्या लहानमोठ्या इमारती उन्हात हसत होत्या. तिने झटपट पायांत चपला सरकावल्या आणि धडधड जिना उतरीत ती खाली गेली. बागेतल्या मुलींनी तिला फाटकातून बाहेर पडताना पाहिले.

'कुठं चालला हो, पंडिताबाई?' पहिलीने प्रश्न केला.

दुसरीने तितक्याच उच्च स्वरात उत्तर दिले,

'अग; कुठली तरी डिफिकल्टी आली असेल! ती प्रोफेसरांना विचारायला चालल्या असतील त्या!'

ललितेने मागे वळून त्यांच्याकडे पाहिले. अंगणांत दाणे टिपायला जमलेल्या चिमण्यांसारख्या वाटल्या त्या तिला! लगेच तिच्या मनात आले, उद्या या चार चिमण्या चार दिशांना उडून जातील, गळ्यात गळा घालून खिदळणाऱ्या या मुलींची पुढे उभ्या आयुष्यात तरी गाठभेट होईल का? उद्या घरी जायचे, म्हणून या अशा फुलल्या आहेत. पण परवा ती घरे सोडून आपल्याला कुठेतरी दूर दूर जावे लागणार आहे, हे यांच्या लक्षात आले, तर यांचा हा आनंद असाच टिकेल का?

ती टेनिसकोर्टावरून पुढे जाऊ लागली. कोर्टावर खेळत असलेल्या गणिताच्या प्रोफेसरांचे तिच्याकडे लक्ष गेले. ते हवेत रॅकेट फिरवीत उद्गारले,

'गुड मॉर्निंग, मिस् पाध्ये!'

'गुड मॉर्निंग, सर' ललिता उद्गारली.

पण हे साधे शब्द उच्चारताना आपल्या स्वरात, एक सूक्ष्म कंप अचानक उद्भवला, अशी तिला जाणीव झाली. उद्या आपण हे कॉलेज सोडून जाणार, म्हणून आपल्याला इतके वाईट का वाटतंय् हे तिचे तिलाच कळेना! ती मंदपणे चालू लागली. मधेच उजव्या बाजूला उंच वृक्षांची छाया दिसत होती. कोजागरीदिवशी याच छायेतून खाली पडलेले चांदणे ती किती वेळ पाहत उभी राहिली होती! चंद्रिकेने काढलेल्या त्या रंगवल्लिकेची आठवण आपण कधीही विसरणार नाही, असे तिला वाटले. तिने मान वळवून कालव्याकडे पाहिले. तात्यांचा रक्तदाब वाढल्याचे पत्र चार महिन्यांपूर्वी आले होते. त्या दिवशी आपल्याला काही सुचेना. शेवटी आपण या जागी येऊन बसलो. कालव्यात लहान लहान खडे टाकण्याचा चाळा तिने आपल्या हाताने सुरू केला. त्या खड्यांनी कालव्याच्या संथ पाण्यावर मोठी नाजूक वर्तुळे

उठू लागली. अगदी थेट मंगलेच्या गालावरल्या खळीसारखी. त्या वर्तुळांचा प्रवास पाहता, पाहता आपले मन शांत झाले. ते सारे तिला आता आठवले. ती उत्सुकतेने पुढे झाली. कॉलेजच्या प्रत्येक इमारतीकडे पाहता-पाहता तिच्या डोळ्यांपुढे किती किती गोष्टी उभ्या राहिल्या! मुलामुलींची थट्टामस्करी, वात्रट पोरांचे स्टॅपिंग, मधून मधून रंगलेली प्राध्यापकांची व्याख्याने, सारे कुठल्या कुठे नाहीसे झाले होते. कालव्याच्या पाण्यातल्या त्या वर्तुळांसारखे.

चिंतनमग्न स्थितीतच पुढच्या कोपऱ्यावरल्या गुलमोहराच्या झाडाकडे तिची पावले वळली. दिवाकर बेपत्ता होण्यापूर्वी त्याला तिने शेवटी पाहिले होते, ते इथेच! त्याच्याशी झालेली कितीतरी संभाषणे तिला आठवू लागली. काव्यगायन असो, एखादे व्याख्यान असो, कसलीही चर्चा असो, तो नेहमी मोठ्या आवेशाने बोलायचा, समाजवादाशिवाय हिंदुस्थानाचा तरणोपाय नाही, असे वेळी-अवेळी बजावायचा. त्याची सारीच मते मोठी विक्षिप्त होती. शाकुंतलाच्या चवथ्या अंकाइतका गचाळ अंक कालिदासाने लिहिलेला नाही, प्रेक्षकातल्या म्हाताऱ्या माणसांना खूश करण्याकरिता त्याने त्याची योजना केली असावी, असे वादाच्या भरात तो एकदा म्हणाला होता. गडकऱ्यांच्या राजहंसात रडण्यापेक्षा हसण्याचाच भाग अधिक आहे, त्या कवितेतल्या विधवा आईला बहुधा हार्टडिसीझ झाला असावा, असेही स्वारी एकदा बडबडली होती. फडके- खांडेकरांवर तर तो अशी झोड उठवी - हरदासी तट्टे कितीही शृंगारली, तरी काही त्यांना अबलख घोड्याची सर येत नाही, हे या बाबतीतले त्याचे अगदी आवडते वाक्य होते. हा विक्षिप्तपणा त्याच्या अंगात कुठून शिरला होता, कुणास ठाऊक! मात्र सामाजिक चर्चा सुरू झाली म्हणजे तो जे बोले, ते मोठे मार्मिक वाटे. स्त्री आणि पुरुष ही संसाररथाची दोन चाके आहेत, या जुन्या कल्पनेची गमतीदार टिंगल करायचा तो! 'ही या रथाची चाके आहेत, हे खरे आहे. पण त्या रथात कोण बसलंय्, ठाऊक आहे का? आंधळ्या रूढी, पांगळं प्रेम, दागदागिन्यांचे डबे, शेलाशालूंचे पेटारे आणि डझनभर पोरे.' सुधाकर म्हणून मिरविणाऱ्या लोकांचीही अशीच थट्टा करायचा. तोंडाला पावडर फासली आणि ओठांना रंग लावला, म्हणजे आपण अप्सरा बनलो, असे हल्लीच्या अनेक पोरींना वाटते तशीच आमची सर्व सामाजिक सुधारणा आहे. समाजाचं खरं दुःख काय आहे, हे आपल्या मोठमोठ्या पुढाऱ्यांना सुद्धा कळत नाही! आणि ज्यांना ते जाणवतं ते भित्रेपणामुळं खरं बोलायला तयार होत नाहीत. त्यामुळे आपल्या साऱ्या सुधारणा नटव्या होतात आणि फसव्या ठरतात, ज्यांच्या पायांत जुन्या विचारांच्या, शिळ्या तत्त्वज्ञानाच्या आणि आप्पलपोट्या भावनांच्या मणामणाच्या बेड्या आहेत, ती माणसं आजच्या जगाच्या शर्यतीत मागंच पडणार!'

ललिता त्या उद्गारांच्या तंद्रीतून जागी झाली. दोन-तीन कावळे एकमेकांशी

भांडत होते- काव, काव, काव. तिला त्या कावकावीचा अर्थ कळेना!

त्या गुलमोहराच्या झाडाकडे तिने पाहिले. तिला वाटले, त्या दिवशीसारखा दिवाकर इथे उभा असता, तर 'तपोवनाचा निरोप घेऊन जाणारी, शकुंतलाच तुझ्या अंगात संचारलेली दिसतेय्' असा आपल्याला टोमणा मारायला तो चुकला नसता. आज शेवटचे पेपर. शर्यतीचे घोडे जसे उर फुटेपर्यंत धावतात, तसे निरनिराळ्या कॉलेजांतले उमेदवार मराठीचे बक्षीस मिळविण्याकरिता या वेळी जिवाचा आटापिटा करीत असतील. त्यांच्यावर मात करून ते पटकवायचे, तर भावनेच्या आहारी जाऊन असे भटकण्यात काय अर्थ आहे? कदाचित एका मार्काने-- अगदी अर्ध्या मार्काने -- आपला पहिला नंबर जाईल. रात्रीपासून आपण वेड्यासारख्या वागतोय्, छे! अस्से परत जायचे आणि पुस्तकात जे डोके खुपसायचे, ते जेवायचा वेळ होईपर्यंत वर काढायचे नाही. अगदी ब्रह्मदेव खाली उतरला, तरी!

ललिता वसतिगृहाकडे परत वळली खरी. पण आज तिच्या अभ्यासाच्या बेताला मुहूर्त मिळायचा नव्हता. ती वसतिगृहाच्या जिन्याच्या पहिल्या पायरीवर पाऊल टाकते, न टाकते, तोच वरून चित्रपटातल्या नायिकाप्रमाणे लचकत येणारी शैलजा तिला म्हणाली,

'अग, हल्ली तू नाट्यकलेच्या उद्धाराची चळवळ बिळवळ सुरू केली आहेस, की काय?'

ललिता तिच्याकडं पाहत राहिली. शैलजा दोन, तीन पायऱ्या उतरुन तिच्या गळ्याभोवती आपला नाजूक विळखा घालीत उद्‌गारली,

'एक बडी नटी आली आहे तुला भेटायला!'

'नटी?'

'हो, नटी. कसा नट्टापट्टा करून आलीय् बघ जा.'

'माझ्याकडं कशाला येईल बाई, कोण नटी?'

'तू एखादं नाटकबिटक लिहिलं असलंस, तर ते कुठल्या तरी कारकुनाच्या संमेलनाला हवं असेल! आता रेशनिंगमधे का कुठं नोकरी करते ना? अग, त्या दिवाकराची मामेबहीण. शृंगारशास्त्रात कलिकेलासुद्धा शरणचिठ्ठी द्यावी लागेल तिला!'

पायऱ्या-चढतां चढतां ललिता विचारू करू लागली, ही गौरीविषयीच बोलतेय्! ती इतकी नटून थटून आली असेल? छे! गरिबीमुळे मॅट्रिक झाल्याबरोबर बिचारीला नोकरी धरावी लागली. करून करून ती कितीसा नट्टापट्टा करणार? वडील एक साधे कारकून. प्रपंचही काही लहान नाही. गौरीची सावत्र आई, तिची चार मुले अशा स्थितीत या सध्याच्या महागाईत गौरी कसली कपाळाची चैन करणार? या कुरूप शैलजेला आपल्या श्रीमंतीचा मोठा गर्व आहे. कुणी सुरेख गरीब मुलगी जरा

झुळझुळीत नेसली किंवा डोळ्यांत भरण्यासारखी दिसली, की तिच्या मनातला मत्सर जागा होतो आणि मग ती असेच तोंडाला येईल ते बडबडू लागते.

पण खोलीत पाऊल टाकून खुर्चीवर बसलेल्या गौराकडे तिने पाहिले मात्र! शैलजेचे वर्णन केवळ मत्सरप्रेरित नव्हते, असे तिला आपल्या मनाशी कबूल करावे लागले. ती नेसलेले ते डाळिंबी रंगाचे मोहक तलम पातळ, त्याचा तो सुंदर हिरवा काठ, ती लांबट कर्णभूषणे -

ललिता दिसताच गौरी लगबगीने खुर्चीवरून उठली आणि म्हणाली,

'किती, बाई वाट पाहायची तुझी!'

ललितेने तिचा हात धरला आणि तिला जवळ जवळ ओढीतच ती आपल्या खाटेवर जाऊन बसली. जवळून तिचे ते पातळ तिला अधिकच आकर्षक वाटले. गौरीला किती शोभून दिसत होते ते! त्याचा पदर हातात घेऊन ती तो निरखून पाहू लागली.. कलावंताला आपल्या नव्या कृतीविषयी रसिकांचे मत कळण्याची जेवढी उत्सुकता असते, तेवढेच स्त्रीला आपल्या नव्या वस्त्रालंकारांविषयी इतर बायकांचे मत काय पडते, हे जाणण्याचे कुतूहल असते.

गौरीने अधीर स्वराने प्रश्न केला,

'आवडलं तुला?'

'आवडलं? अग, मी कवियित्री असते, तर आत्ताच्या आत्ता मुक्तच्छंदात एक लांबलचक कविता लिहिली असती याच्यावर!'

दोघी मनापासून हसल्या.

ललिता उद्‍गारली,

'भारी किमतीचं दिसतंय्!'

गौरीने होकारार्थी मान हलविली.

'माईनी संक्रांतीला घेतलेलं दिसतंय्!'

ललितेचे ते शब्द ऐकताच गौरीच्या सुंदर मुखमंडलावर एकदम एक तिरस्काराची छटा उमटली. ती तुच्छतेने म्हणाली,

'आमच्या माईच्या राज्यात संक्रांत आणि दिवाळी असले सण कधीच येत नाहीत. बारा महिने तिचा एकच सण चाललेला असतो!'

नकळत गौरीला अप्रिय असा प्रश्न आपल्या तोंडून निघून गेला, हे ललितेच्या लक्षात आले. सारवासारव करायची म्हणून ती म्हणाली,

'मग नानांनी घेतलं असेल हे लाडक्या लेकीला. आपल्या मिळवत्या मुलीचा किती अभिमान आहे, हे ठाऊक आहे मला!'

निर्जीव हास्य करीत गौरी उत्तरली,

'गौरी म्हणून आपल्याला एक मुलगी आहे हे ते अजून विसरले नाहीत, हेच माझं

भाग्य म्हणायचं! दर महिन्याला पहिली तारीख येत नसती, तर -'

गौरीची ही विचित्र मन:स्थिती गेल्या वर्षांत तीन-चार वेळा ललितेला तीव्रतेने जाणवली होती. या मोहक चेहऱ्याच्या आणि मनमोकळ्या स्वभावाच्या मुलीच्या मनाला आलेली ही विषण्णता तिला कशीशीच वाटली. तिला काहीतरी करून हसवायला हवं, म्हणून ती म्हणाली,

'गौरी, पातळं काही आभाळातून खाली पडत नाहीत. बाप, नाहीतर नवरा हे बायकांचं लुगड्यांचं नि दागिन्यांचं एकुलतं एक दुकान. हे पातळ नानांनी घेतलं नाही, असं तूच सांगतेहेस. तेव्हा - मग केव्हा मिळणार आम्हांला लाडू?'

गौरी हसत उद्‌गारली,

'अग, बाप आणि नवरा यांच्यामध्ये हल्ली पुष्कळ स्टेशनं निर्माण झाली आहेत. त्या प्रत्येक स्टेशनावर थांबत-थांबत आधुनिक मुलीची गाडी पुढे जाते. एखाद्या स्टेशनावर ती पाणी घेते. दुसऱ्यावर ती कोळसा घेते, तिसऱ्यावर --'

गौरीचे हे बोलणे ललितेला मोठे विचित्र वाटले. तिने तिच्याकडे किंचित क्रोधयुक्त असा कटाक्ष फेकला. गौरी हसत म्हणाली,

'हे पातळ मला कुणी दिलं, तेच सांगते, म्हणजे झालं, तुला! हल्ली कचेऱ्यातून काम करणाऱ्या आम्हां पोरींची किती चैन आहे, याची तुम्हां कॉलेजातल्या मुलींना कल्पना नाही. गोरीगोमटी नीटनेटकी पोरगी तिथं हां हां म्हणता लोकप्रिय होते. तिच्याशी गुलूगुलू गोष्टी करायला सारे पुरुष एका पायावर तयार असतात. अगदी करडे केस होऊ लागलेले सुद्धा हं! अशीच एक चाळीस वर्षांची स्वारी सध्या माझ्यावर खूश आहे. वर्षापूर्वी बिचाऱ्याची बायको मेली. घरी तीन-चार चिल्लीपिल्ली आहेत. त्यांची मी आई व्हावं, अशी या प्रेमळ मनुष्याची इच्छा असावी. ती कधी बोलून दाखवीत नाही तो. पण अधूनमधून भेट म्हणून मला असं काहीतरी आणून देतो. परवा --' बोलता बोलता ती एकदम थांबली. ललिता इतक्या गंभीरपणाने कसला विचार करीत आहे, हे तिला कळेना.

ती काहीच बोलत नाही, असे पाहून गौरी तिचा हात हातात घेऊन तो घट्ट दाबीत म्हणाली,

'उद्या रात्री जाणार आहेस तू! परत केव्हा येशील, कुणाला ठाऊक. नि येशील, ती एखाद्या बड्या माणसाची बायको बनून, मग आमच्यासारख्याच्या घरी पाऊल सुद्धा टाकायची नाहीस तू! म्हणून तुला बोलवायला आलेय मी! आज संध्याकाळी तू गावातच राहायला ये. आपण एका ताटात जेवू. मग एखाद्या सिनेमाला जाऊ. रात्रभर खूप खूप गोष्टी बोलू. आणि सकाळी निरोप घेताना एकमेकींच्या गळ्यात गळा घालून रडू. माझा हा हट्ट म्हण, हौस म्हण, तू--' बोलता-बोलता तिने ललितेच्या गळ्याभोवती आपले दोन्ही हात एखाद्या लहान मुलाप्रमाणे घातले आणि वासराने

खाजविण्याकरिता मान वर करून धन्याकडे पाहावे, तशी ती ललितेकडे पाहू लागली.

तिच्या या गोड, आर्जवी वागणुकीने ललितेचा राग कुठल्या कुठे नाहीसा झाला. गौरीच्या मोहक निरागस मुद्रेकडे पाहता-पाहता तिच्या मनात आले, योगायोग किती विलक्षण असतात! गौरी आज आपली अगदी जिवलग मैत्रीण झाली आहे. पण दोन वर्षांपूर्वी अशी एक गोड, लाघवी, पण थोडीशी दुर्दैवी मुलगी जगात आहे, हे आपल्याला ठाऊकसुद्धा नव्हते. कुठल्याशा सभेला दिवाकर आपली ही मामेबहीण घेऊन आला. पहिल्याच भेटीत या पोरीने आपले मन जिंकले. दुसऱ्याच्या पोटात शिरायची कला जणू काही उपजतच शिकली आहे ती! गेल्या वर्षात शनिवारी-रविवारी मुंबईच्या कुठल्याशा मैत्रिणीला भेटायला किती वेळा गेली ती! जणू काही कुणाच्या तरी मायेवाचून क्षणभरसुद्धा तिला करमत नाही. आपण आता नाही म्हटले तर वसतिगृहाच्या दारात बसून आमरण उपवास पुकारायला ती काही कमी करायची नाही!

ललितेची मूक संमती मिळताच गौरी आनंदाने फुलून म्हणाली,

'आजची रात्र माझ्या आयुष्यात मोठी भाग्याची आहे, ललितताई! आज मी तुझ्या कुशीत झोपणार तुझ्याकडून थोपटून घेणार--'

ललिता हसत म्हणाली,

'किती पोरकट आहेस, ग, तू, गौरी! उद्या चार मुलांची आई झालीस, तरी सुद्धा तू अशीच बडबडत राहशील, बघ!'

कलिकेने आणलेला चहा गौरीने घाईघाईने घेतला आणि ती जायला निघाली. तिला पोचविण्याकरिता ललिता फाटकापर्यंत आली. कॉलेजच्या इमारतीकडे दृष्टी जाताच तिला मघाच्या गुलमोहराच्या झाडाची आठवण झाली. तिने हळूच विचारले,

'दिवाकराचा काही पत्ता आहे का, ग?'

नकारार्थी मान हलवीत गौरी म्हणाली,

'त्याचा पत्ता नाही, तेच बरं आहे, बाई. तो जर भेटायला म्हणून घरी आला, तर आमचे नाना काही त्याला पोलिसाच्या हवाली केल्याशिवाय राहणार नाहीत. त्याला जाऊन वर्ष होत आलं. पण अजून त्यांचा राग काही निवला नाही, बघ. सारखे बडबडत असतात - या कारट्यासाठी मी पाण्यासारखा पैसा खर्च केला. पण कारटं मुलुखावेगळं निघालं. हा मरायला कम्युनिस्ट कशाला झालाय्? एवढा देशभक्तीचा पुळका आला होता, तर जायचं होतं सैन्यात! काश्मीरमधे जाऊन लढता-लढता मेला असता, तर --'

'इतकं अभद्र कसं बोलवतं या जुन्या माणसांना देव जाणे!'

गौरी हसत म्हणाली, 'दिवाकरावर त्यांचा इतका राग का आहे सांगू? अग, भाच्याच्या शिक्षणाला त्यांनी उगीच नाही मदत केली! त्याच्या गळ्यात एक घोरपड

बांधायची होती त्यांना!'

'घोरपड?'

'हो'

'नाव काय तिचं?'

'गौरी!'

गौरीच्या अंगी माणसाला उल्हसित करण्याची काय जादू होती कुणाला ठाऊक! पण ती दिसेनाशी होताच ललिता धावत धावत जिना चढली. टेबलापाशी जाऊन तिने पुस्तकांत आणि वह्यात जे डोके खुपसले ते कलिकेने 'अहो पंडिताबाई, विद्वानांनासुद्धा पोट असतं म्हटलं!' असे उद्‌गार काढून तिला आपल्या अभ्यासाच्या समाधीतून गदगदा हलवून जागे करीपर्यंत! जेवतानाही ललितेचे लक्ष पुस्तकांतच होते. पानातला घास उचलून ती तोंडात घालीत होती खरी! पण आज ती चवीने जेवीत नव्हती. ताकाची कढी नेहमी तिला फार आवडायची! अगदी भुरके मार मारून शेवटी ती वाटी अर्धीवाटी कढी प्यायचीसुद्धा! पण आज आपण कढीने कालवलेला भात खात आहो हे जणू काही तिला कळतच नव्हते!

शैलजा आणि कलिका यांच्या घारीसारख्या नजरेतून ही गोष्ट निसटली नाही. त्यांनी एकमेकीकडे पाहून दोनतीनदा डोळे मिचकावले. पण तेही ललितेच्या लक्षात आले नाही. शेवटचा पेपर हातावेगळा होईपर्यंत ती अशीच तंद्रीत... अगदी धुंदीत होती. तो टाकून आणि रात्री गावात गौरीकडे राहण्याची परवानगी घेऊन, ती वसतिगृहाकडे आली. खोलीत प्रवेश करताच तिने खाटेवर अंग टाकले. तिचे आतापर्यंतचे सारे अवसान एकदम नाहीसे झाले. तिच्या मनावर अनामिक उदासीनता पसरली. त्या दुसऱ्या प्रश्नाचे उत्तर असे लिहायला हवे होते, तो चवथा प्रश्न आपण उगीच फार वेळ लिहिला, आज आपले अक्षर नेहमीपेक्षा वाईट आले, काल रात्री आपण आपल्या मनाला स्वैर भटकू दिले नसते तर दोन तीन प्रश्न आपणाला अधिक चांगले लिहिता आले असते, असे विचार एकसारखे तिच्या मनात घोळू लागले. त्यांचा हुतूतू काही केल्या संपेना. तापात माणसाला विचित्र उत्साह चढतो. पण तो उतरल्यावर मात्र, तो अगदी गलित होऊन जातो. तशी तिच्या मनाची स्थिति झाली. आपल्याला मराठीचे बक्षिस मिळणे शक्य नाही अशी तिची खात्री झाली. दोन वर्षांपूर्वी तात्यांपाशी हट्ट धरून ज्या गोष्टीकरिता आपण पुण्याला आलो-- छे! आता तात्यांना काय वाटेल? मावशी काय म्हणेल? साऱ्या पोरांच्या नाकावर टिच्चून बी.एस्सी. ला पहिल्या वर्गात पहिली आली होती ती! तिची मी भाची! आणि काकासाहेबांचासुद्धा फार हिरमोड होईल. आपल्याला बक्षीस मिळाले असते तर त्यांनी गावातल्या पेढ्यांच्या दुकानांत एक पेढा उरू दिला नसता!

उशीत डोके खुपसून कितीतरी वेळ ती सुन्न मन:स्थितीत पडून राहिली. रात्री

आपल्याला गौरीकडे राहायला जायचे आहे, याची तिला एकदोनदा आठवण झाली. पण तिला खाटेवरून उठण्याची इच्छाच होईना. ओहोटीच्या लाटांनी मनुष्य आत आत ओढला जावा, त्याने कितीही धडपड केली, तरी पाणी तोडून किनारा गाठण्यात त्याला यश येऊ नये, तसे तिचे झाले. निराशा आणि निरुत्साह यांच्या जाळ्यात ती सापडली. कलिकेने चहा आणला, तेव्हा सुद्धा तिने तो मुकाट्याने घेतला. 'आम्ही साऱ्या मुली आज दृष्ट काढणार आहो तुझी!' अशी तिने चहा घेता-घेता थट्टा केली. पण शून्य दृष्टीने तिच्याकडे पाहण्याशिवाय ललितेने दुसरे काही प्रत्युत्तर दिले नाही. काही मुली फिरायला निघाल्या. काही गावांत चित्रपट पाहायला जाण्याकरिता वेषभूषा करू लागल्या. त्यांचे ते हसणे खिदळणे-पिंजऱ्यातून सुटलेल्या पाखराने आनंदाने फडफड करावी, तशी त्यांची ती गडबड आणि बडबड तिला वाटली. पण तिचे मन त्यांच्याशी समरस होईना. निराशेने जणू काही तिच्यातल्या खेळकरपणाला निश्चेष्ट करून सोडले होते.

आपला डोळा केव्हा लागला, हे, तिचे तिलाच कळले नाही. ती जागी झाली, ती कुणाच्या तरी कर्कश ओरडण्याने! खाली भय्या भांडत होता. तो इतका वर्दळीवर का आलाय्, हे पाहण्यासाठी ती उठून खिडकीकडे गेली. तो कुणाशी बोलत आहे, हे तिला प्रथम दिसले नाही. पण त्याने अस्सल हिंदीत त्या मनुष्याला तंगडी मोडण्याची दिलेली धमकी तिला ऐकू आली. लगेच तो मनुष्य तिच्या दृष्टीला पडला. तो कुणी तरी शीख गृहस्थ होता. वसतिगृहात तर एकही शीख मुलगी नव्हती. मग त्याने मुलींच्या वसतिगृहापाशी का घोटाळावे, हे ललितेला कळेना!

बाहेर काळोख पडू लागला होता. गौरी आपली वाट पाहून कंटाळली असेल, या कल्पनेने ती थोडीशी शरमली. आपल्याला सिनेमाला जायचे आहे, तेव्हा दुसरे चांगले पातळ नेसावे, जरा नीट वेणीफणी करावी, असे तिच्या मनात आले. पण तिच्या कंटाळलेल्या मनाला काही करावेसे वाटेना. तिने कंगवा घेतला, आरशापुढे उभे राहून तो चार-दोनदा केसांवरून फिरविला, टेबलाच्या खणातली पर्स काढली, आणि लगबगीने जिना उतरून ती खाली आली. मुख्य रस्त्याला लागण्याकरिता ती कोपऱ्यावर वळली, न वळली, तोच बाजूला उभ्या असलेल्या एका मनुष्याकडे तिचे लक्ष गेले. तो - तो मघाचाच शीख मनुष्य होता. तो तिथे का बरे उभा असावा? ती चालू लागली. मधेच तिने मागे वळून पाहिले. तो इसम तिच्या मागून येत होता. ती मुद्दाम गर्दीतून जाऊ लागली. थोड्या वेळाने तिने पुन्हा मागे वळून पाहिले. तो मनुष्य तिच्या मागूनच येत होता. एखादा शिकारी कुत्रा सावजाचा माग काढीत जातो, त्याप्रमाणे तो तिचा पाठलाग करीत होता!

❐

— आणि मादाम क्यूरी

ललिता मनात गडबडली. आपली पाठ न सोडणाऱ्या त्या विचित्र मनुष्याला चुकविण्याकरिता ती झपझप चालू लागली. आपण जणू काही सर्कशीतले तारेवरले काम करीत आहो- असे दाखविणारे सायकल-स्वार, हमरस्ता आणि माजघर सारखेच मानून चकाट्या पिटीत चाललेले विद्यार्थ्यांचे घोळके आणि कर्णकर्कश ठणठणाट करीत धावणारे टांगे यांच्या चक्रव्यूहातून पार पडता पडता तिने मधेच लगबगीने रस्ता ओलांडला. मागून मोटारीचे हॉर्न जोरजोराने वाजू लागले. झटकन् एका दुकानाच्या बाजूला होऊन ललितेने मागे वळून पाहिले. भुर्रकन उडणाऱ्या पाखराप्रमाणे मोटार तिच्या अंगावरून निघून गेली. त्या मोटारीच्या मागून तो— तो शीख मनुष्य— तो येतच होता!

आपल्यांतले नि त्याच्यातले अंतर मघाइतकेच आहे, हे पाहून तिला आश्चर्य वाटले. हा मनुष्य मुद्दाम आपल्या मागून तर येत नाही ना, या आशंकेने आता तिच्या मनात मूळ धरले. तिचे निरसन करण्याकरिता ती रेंगाळत चालू लागली. थोड्या वेळाने तिने मागे वळून पाहिले. आता तो दाढीवालाही हळूहळू चालत होता. आपल्या मनाचे तिचे तिलाच हसू आले. संशय बायकांच्या पाचवीलाच पुजला असावा! नाहीतर दुर्दैवाने देशाचे दोन तुकडे झाले. त्यांच्यापैकीच हा एक असेल! बिचारा पोटाची खळगी भरण्यासाठी गावात जायला निघाला असावा. रस्त्याने इतकी माणसे येता-जाताहेत. त्यांतलाच तो एक! त्याचा कसला संशय घ्यायचा?

आता मागे वळून पाहायचं नाही, असे मनाला बजावून ती वेगाने चालू लागली. पूल ओलांडून गौरीच्या घराकडे जाण्याकरिता ती डाव्या बाजूला वळली. दोन दिव्यांमधे अधिक अंतर असल्यामुळे मधेच अधिक काळोख दिसत होता. मनाला पत्ता लागण्यापूर्वीच तिची मान वळली. तिने पाहिले, ती आकृती एखाद्या सावलीप्रमाणे तिच्या मागून येत होती.

तिची छाती धडधडू लागली. आपण गावात यायला उगीच उशीर केला, असे

तिला वाटले. लगेच तिच्या मनात आले, या मनुष्याचं घर याच बाजूला नसेल कशावरून? या अडचणीच्या दिवसांत जिथे जागा मिळेल, तिथे गरिबाला डोके टेकावे लागते. बायकापोरांना घेऊन बिचारा या बाजूच्या कुठल्यातरी मोडक्या तोडक्या घराच्या एखाद्या पडक्या खोलीत राहत असेल! शांत मनाने ती पुढे झाली. गौरीच्या घराची वाट डाव्या बाजूला फुटत होती. आता तरी तो मनुष्य आपल्याला दिसणार नाही, या कल्पनेने तिला हायसे वाटले. थोडे पुढे जाऊन मन नको नको म्हणत असता तिने मागे वळून पाहिले.

तो शीख मनुष्य किती झपझप चालत होता! आपल्यातले आणि त्याच्यातले अंतर मघापेक्षा कमी झाले आहे, असा भास झाला. ती घाबरली. मधेच कुणाच्यातरी घरात शिरावे, नाहीतर पलीकडे पोलिसचौकी आहे, तिथे जाऊन हा मनुष्य एकसारखा आपला पिच्छा पुरवीत आहे, अशी तक्रार करावी, असे तिच्या मनात आले. पण लगेच तिचा अभिमान जागृत झाला. बाहेरच्या जगात स्त्री पुरुषासारखी वागेल, तरच तिला त्याच्या बरोबरीचे हक्क मिळतील, असे तिचे तात्या, मावशीशी, बोलताना एकदा म्हणाले होते. ते उद्गार तिला आठवले.

आता एका बोळातून जायचे होते. त्याच्या टोकाला दूरवर एक दिवा मिणमिणत होता. पण मधे चांगलाच काळोख होता. ती विचारात पडली. भयभीत दृष्टीने तिने मागे पाहिले. आसपास कुणीच दिसत नव्हते. फक्त तो शीख मनुष्य. तिला वाटले, आल्या वाटेने परत जावे आणि मिळेल तिथे टांगा करून गौरीचे घर गाठावे, छे! आपण अशा भित्रेपणाने वागलो, तर जुनी स्त्री आणि नवी स्त्री यांत फरक काय राहिला?

ललिता मुकाट्याने चालू लागली. ती मधल्या अगदी अंधाऱ्या जागी आली, न आली, तोच तिच्या कानांवर आवाज आला, 'बहेन' -- तो आवाज आपण कुठे तरी ऐकला आहे, असे तिला वाटले. पण तो कुठे, हे तिच्या चटकन ध्यानात येईना. कदाचित भित्र्या मनाला होणारा भास असावा तो. तो मनुष्य आता अगदी जवळ आला आणि मृदू स्वराने म्हणाला,

'बहेन, मैं एक अनाथ निर्वासित हूँ. मुझे मदद चाहिये!'

ललिता थबकली. त्याचे हे गरिबीचे ढोंग खरे, का खोटे आहे, हे तिला कळेना! तिने आपली पर्स उघडली. एक रुपयाची एक नोट काढली. इतक्यात तो मनुष्य उद्गारला,

'ललिता--'

ती दचकली. हा तर दिवाकराचा आवाज! ती आश्चर्याने उद्गारली,

'दिवाकर!'

तो हसत हलक्या स्वराने उत्तरला,

‘अं हं! शीखांत दिवाकर हे नाव नसतं. कुठलातरी चंद्र आहे मी! ध्यानचंद म्हण, नाहीतर खुशालचंद म्हण! पण मी शीख आहे हे, विसरू नकोस!’

ललिता त्याच्याकडे पाहत उभी राहिली. आश्चर्य, कुतूहल, जिज्ञासा ही सारी तिच्या दृष्टीत एकवटली होती.

दिवाकर हसत म्हणाला,

‘मघाशी एका माणसाची कशी तिरपीट उडाली होती-’

ललिता स्मित करीत उत्तरली,

‘मी भ्याले तर त्यात नवल कसलं? भीती हा प्राचीन काळापासून चालत आलेला स्त्रीचा अलंकार आहे.’

‘एका काळातले दागिने या दुसऱ्या काळातल्या बेड्या होतात, ललिता!’ दिवाकर पुढे काही बोलणार होता, इतक्यात तावातावाने बोलत जाणारी दोन माणसे त्यांच्या अंगावरून पुढे जाऊ लागली. अंधारात एक स्त्री आणि एक पुरुष कुजबुजत उभे आहेत, असे दिसताच ती किंचित थबकली. त्यांनी क्षणभर रोखून पाहिले. मग एकाने दुसऱ्याच्या पाठीवर थाप मारली आणि फिदिफिदी हसत ते दोघे पुढे निघून गेले.

दिवाकर हसत म्हणाला,

‘माझ्या दाढीमिशा नीट दिसल्या असत्या, तर हे सभ्य गृहस्थ आणखी जोरानं खिंकाळले असते!’

ललितेने किंचित कातर स्वराने प्रश्न केला,

‘तू कुठं असतोस?’

‘मी केव्हा, कुठं असतो, ते माझं मलाच ठाऊक नाही! मग तुला काय सांगू?’

‘उभ्या वर्षात तुझा पत्ता कुणाला कळला नाही.’

‘म्हणून तर आता मी तुझ्याशी बोलू शकतोय! नाहीतर माझी भेट घ्यायला तुला तुरुंगातच यावं लागलं असतं!’

ललितेने त्याच्याकडे पाहिले. तो हसत होता. जणू काही त्याच्या कोषात तुरुंग आणि राजवाडा या दोन्ही शब्दांचा अर्थ एकच होता!

‘मरणाच्या दारी पडलेल्या एका मित्राला भेटायला काल इथं आलो. येण्यात धोका आहे, हे कळत होतं. पण आल्यावर वाटू लागलं, शाकुंतलाच्या चवथ्या अंकात खरोखरीच सुंदर काव्य आहे! कॉलेजकडे जायची आणि साऱ्या दोस्तांना भेटायची इच्छा एकसारखी मनात बळावू लागली. पुढल्या महिन्यांत तुझा वाढदिवस आहे, हे आठवलं नि मग...’

आपल्या वाढदिवसाची तारीख दिवाकरांच्या लक्षात राहिलेली पाहून, ललितेला आश्चर्य वाटले. तिला पडलेले कोडं दिवाकराने ओळखले. तो म्हणाला,

'तुझा नि माझा जन्म एकाच तारखेला झालाय्, हे मागं एकदा--'

बोळाच्या तोंडाशी मोटारीचा प्रकाश दिसू लागला. घाईघाईने चालत असल्याचे सोंग करीत दिवाकर थोडा पुढे गेला. मोटार धूळ उडवीत पुढे निघून गेली. लगेच तो परत येऊन म्हणाला,

'कॉलेजच्या आवारातल्या गुलमोहराच्या झाडाखाली संध्याकाळच्या सोनेरी उन्हात गप्पा मारणं निराळं आणि एका अंधाऱ्या बोळात— ही तुझ्या वाढदिवसाची भेट--' बोलता-बोलता त्याने तिच्या हातात एक पुस्तक दिले. ते घेता-घेता तिचा हात क्षणभर कंपित झाला. तिने मोठ्या उत्सुकतेने विचारले,

'हल्ली काय करतोस तू?

'पोलिसांच्या हातांवर तुरी देणं हा माझा सध्याचा मुख्य धंदा आहे. मी रशियाचा भक्त आहे. अनेक कम्युनिस्ट पुढाऱ्यांच्या घरी गेली तीन-चार वर्षं माझं जाणं होतं, कॉलेजातल्या काही सभांत मी जहाल भाषणं केली, साम्यवादाच्या प्रसाराकरता एक अभ्यास मंडळ चालविलं. मला पकडायला पोलिसांना यापेक्षा अधिक पुरावा कशाला हवा? बराय्, जातो मी! तुझ्या तात्यांना मी अजून पाहिलं, नाही. पण त्यांना माझा नमस्कार सांग! माझ्या चोवीस गुरूंपैकी ते एक आहेत.'

'पण...' ललिता हळू आवाजात पुटपुटत होती. तिच्या आवाजातला कंप दिवाकरालाच नव्हे तर तिचा तिला सुद्धा स्पष्टपणे जाणवत होता. 'पण -- पुन्हा केव्हा भेटशील तू?' कातर स्वरात तिने विचारले.

'जगात ईश्वर असता, तर त्याला सुद्धा हे सांगता आलं नसतं. तो एक संस्कृत श्लोक आहे, बघ. फार आवडतो तो मला! मानवी जीवनाचं सारं रहस्य त्या दोन ओळींत साठविलं आहे. महासागरांत दोन लाकडं एकत्रित येतात, थोडा वेळ जोडीनं प्रवास करतात. मग ताटातूट होऊन एकमेकांपासून ती दूर दूर जातात. जीवन म्हणजे दुसरे काही नाही... नाना, माई, गौरी, तू, विमल...'

'कोण ही विमल?'

'उल्काताईंची मुलगी. उल्काताई ठाऊक नाहीत तुला? मोठ्या गांधीवादी कार्यकर्त्या आहेत. तुझ्या तात्यांची नि त्यांची चांगली ओळख आहे, म्हणे! आता तर त्या--'

कितीतरी माणसे मोठमोठ्याने बोलत बोळात शिरत होती. दिवाकराने हसून तिच्याकडे पाहिले. एकदम पाठ फिरवून आल्या वाटेने तो चालू लागला.

ललिता गौरीच्या घरी आली. ती अतिशय गोंधळलेल्या मन:स्थितीत! स्वत:भोवती एकसारख्या गिरक्या घेतल्या, म्हणजे माणसाला भोवळ येते. अगदी तश्शी तिची अवस्था झाली होती. क्षणमात्र चमकून अदृश्य होणाऱ्या विजेप्रमाणे तिला ही दिवाकराची आकस्मिक भेट वाटली. आपल्या संकोची स्वभावाचा तिला

विलक्षण राग आला. त्याचा हात धरून आपण त्याला थांबायला हवे होते, त्याच्या पोटात शिरून त्याचा पत्ता काढायला पाहिजे होता, आपल्या जागी कलिका किंवा गौरी असती तर ती नुसती चुळबुळ करीत उभी राहिली नसती. कुठल्यातरी निवांत जागी जाऊन, तिने त्याची सारी हकीगत विचारून घेतली असती. पण आपण -

खेद, आनंद आणि आश्चर्य यांच्या लाटांवर तरंगतच ललिता गौरीच्या खोलीच्या दारात येऊन उभी राहिली. गौरी पाठमोरी उभी राहून शृंगारसाधनेत गुंग झाली होती. सकाळचेच डाळिंबी पातळ तिने नेसले होते. चित्रपटाला जायचे असल्यामुळे ती मोठ्या कसोशीने आपली वेषभूषा आणि केशभूषा करीत होती, असे दिसले. तिच्या पुढ्यातल्या टेबलावर तऱ्हतऱ्हेच्या पिना पडल्या होत्या. त्यांतली एक एक उचलून ती लावावी आणि ती कितपत शोभून दिसते, हे आरशात पाहावे, असा तिचा क्रम चालला होता.

तोंडाने एक गाणेही ती गुणगुणत होती. मधेच ती नाना ननान अशी अनेक अस्पष्ट अक्षरं उच्चारी. या सुरांवरून त्या गाण्याच्या ओळी ललितेला आठवल्या. 'माझ्या वठांत डाळिंब फुटलं! सांगा, राघू, मी नाही कधी म्हटलं,' अशा काही तरी त्या होत्या.

ते सूर ऐकता-ऐकता हातांतल्या पुस्तकाकडे ललितेचे लक्ष गेले. तिचे कुतूहल जागृत झाले. उबंरठ्यावर अंधूक प्रकाश होता. पुस्तकाचे नाव पाहण्याकरिता ती पुढे सरकली. आता कुठे गौरीला तिची चाहूल लागली. ती वळून म्हणाली,

'आलीस, बाई, एकदाची! मला वाटलं, येता येता वाटेत तुला कुणीतरी पळवून नेली!'

ललितेने पुस्तकाचे नाव वाचले. मादाम क्यूरी. तिच्या हातांतले पुस्तक हिसकावून घेऊन ते टेबलावर फेकीत गौरी म्हणाली,

'पुरे झाली बाई, ही, तुझी पुस्तकं. या पिना पाहिल्यास का किती सुंदर आहेत! ही अगदी नवी फॅशन आहे, बघ!'

तिने पुढे केलेली एक पिन ललितेने पाहिली. मोठी नाजूक होती ती! तिच्यावर काढलेले ते पाखरू-- बहुधा घुबड असावे ते!

ललितेने त्या पिनकडे निरखून पाहिले. तिच्यावर घुबडाची जोडी होती. असल्या अशुभ पक्ष्यांना सुद्धा प्रीतीचा उत्कट आनंद कळू शकतो, हे दाखविण्याकरिताच पिनवर ती काढली असेल, असा विचार तिच्या मनात डोकावला. पण त्याची चिकित्सा करायला तिला वेळ नव्हता! गौरी इतकी सुंदर दिसत होती, की तिची थट्टा करायचा मोह तिला आवरला नाही. ती तिच्या गालाला गुदगुल्या करीत म्हणाली,

'आपण दोघी कुठल्यातरी सिनेमा कंपनीत काम मागायला गेलो, तर काय होईल, सांगू?'

गौरीने तिच्याकडे पाहून नुसते स्मित केले. ललिता पुढे म्हणाली, ‘तू होशील राजकन्या आणि मला व्हावं लागेल तुझी दासी!’

ललितेची ही स्तुती आपल्याला आवडली नाही, असे मानेच्या झटक्याने गौरीने दर्शविले. आणि तो केवळ अभिनय होता! जणू काही याहूनही अधिक सुंदर दिसायचे, अशा ईर्ष्येने ती पुन्हा प्रसाधनात गढून गेली.

ललिता हातांतले पुस्तक भरभर चाळू लागली. रेडियमच्या शोधाचे वर्णन करणारी पाने दिसताच तिने वाचायला सुरुवात केली. दोन-तीन पाने वाचून ती पुढले पान उलटते, तो तिथे तिला एक छोटी फुलांची माळ दिसली. बकुळीच्या फुलांची माळ होती ती!

❐

रामराज्य

मादाम क्यूरीच्या चरित्रातली बकुळीच्या फुलांची ती चिमुकली माळ अचानक दिसताच ललिता विस्मित झाली. दिवाकराने मुद्दाम तिला देण्यासाठी ते कोरे करकरीत पुस्तक आजच विकत घेतले असावे. मग त्यात ही माळ आली कशी? अमेरिकेहून नुकत्याच आलेल्या एका इंग्रजी पुस्तकात बकुळीच्या फुलांची माळ - त्या देशांत बकुळीची फुले फुलत तरी असतील का?

दिवाकराने ती माळ सहज पुस्तकात ठेवली होती, की...

आपली आठवण म्हणून त्याने ती माळ पुस्तकात ठेवली असावी. पण रेडियमच्या शोधाचे वर्णन असलेल्या पानांतच ती खुणेसारखी त्याने का ठेवावी? ती नाजूक फुले अगदी कोळपून गेलेली होती. ललितेने ती इवलीशी माळ नाकापाशी नेली, हुंगून पाहिली. किती सूक्ष्म, पण मधुर सुगंध येत होता त्यांना! कानांत घुमणाऱ्या पण तोंडाने म्हणून दाखविता न येणाऱ्या एखाद्या गोड सुरासारखा -- दूर दूर क्षितिजाच्या कोपऱ्यात उदय पावणाऱ्या उषेच्या गालांवरल्या अस्फुट लालीसारखा!

ही माळ दिवाकराला भेट म्हणून कुणी दिली असेल काय? बकुळीच्या फुलांचे वेड कोकणातल्या लोकांनाच अधिक असते. आपली आजी नव्हती का मागे त्यांच्या माळा घेऊन आली? काय म्हणायची बरे ती त्या फुलांना? हं! ओवळीची फुले! ही ओवळीची माळ दिवाकराला कुणी दिली? कोकणातली कुणीतरी मुलगी ती कोण विमल आहे. तिने तर ही-- ती उल्काताईंची मुलगी -- म्हणजे मूळची कोकणातलीच!

ललितेने ती माळ बोटांत धरून किंचित दाबली. त्या वाळलेल्या फुलांचा बारीक चुरा होऊ लागला. एखाद्या अवखळ मुलाचा धक्का लागून सुंदर मूर्ती फुटावी, आणि त्या भग्न मूर्तीकडे पाहून त्याने बावरून जावे, तशी तिची स्थिती झाली. अंगठा व त्याच्या जवळचे बोट या दोन्हींमधे ती माळ तिने अलगद धरली आणि पुन्हा पुस्तकात मूळच्या जागी ठेवून दिली.

रेडियमच्या शोधापुढचा पुस्तकांतला भाग वाचण्याकरिता तिने आपले डोळे खाली वळविले. पण तिची एक दोन वाक्ये वाचून झाली नाहीत, तोच स्वयंपाकघरातून माईचा कर्कश आवाज तिच्या कानी पडला.

'जळ्ळी मेली कारटी! कशाला, रे, अडमडायला आला होतास चुलीपाशी? आणि तू, ग, गधडे -- तू काय करीत होतीस? सारी जीव खाताहेत माझा!'

शब्दांच्या पाठोपाठ पोरांच्या पाठीत बसलेले दोन-तीन रपाटेही ललितेने ऐकले. तिचे लक्ष पुस्तकात लागेना. हा हलकल्लोळ ऐकून गौरी आत जाईल आणि मुलांना बाहेर घेऊन येईल, अशी तिची कल्पना होती. ललितेने तिच्याकडे पाहिले. अजून आरशापुढे उभे राहून तिचा नट्टापट्टा चाललाच होता. कपाळावर केसांच्या चार दोन बटा सहज आल्यासारखी केशभूषा तिला हवी होती. ललिता आपल्याकडे पाहत आहे, हे ध्यानात येताच ती म्हणाली,

'तुला हे गृहसंगीत नवं असेल. पण ते ऐकून माझे कान किटलेत! माझ्या आयुष्याचं पार्श्वसंगीतच आहे ते, म्हणेनास!'

सावत्र भावंडांच्या रडारडीविषयीचा गौरीचा हा बेफिकीरपणा ललितेला आवडला नाही! स्वत:च्या घरी तिने हा अनुभव कधीच घेतला नव्हता! मंगलचे एवढे काही बिनसले, की तात्या लिहिता लिहिता उजव्या हातात फौंटनपेन धरून तसेच स्वयंपाकघरात येतात! आणि इथं--

ललितेने प्रश्न केला,

'नाना आले नाहीत, वाटतं, अजून घरी?'

सुगंधी चूर्ण लावता-लावता गालांना होणाऱ्या गुदगुल्यांमुळे हसत-हसत गौरी उत्तरली,

'अंहं! कचेरी सुटल्यावर कुठल्यातरी मोफत वाचनालयात दोन-तीन तास बसतात ते! अगं, नेहरू चुकून हिंदुस्थानचे मुख्य प्रधान झाले. त्या जागेवर, खरं पाहिलं तर आमच्या नानांचाच हक्क आहे!'

लगेच ललितेकडे पाठ फिरवून आपल्या प्रसाधनाच्या उद्योगात ती गढून गेली. आतांचे तिचे बोलणे -- विशेषत: तिच्या स्वरातला उपहास ललितेला मोठा विचित्र वाटला. आपण गौरीच्या आग्रहाला बळी पडून जेवायला आलो नसतो, तर फार बरे झाले असते, असे तिला वाटले. ती स्वत:वरच थोडीशी चिडली. स्वयंपाकघरात मधेच कुणीतरी किंचाळले. लगेच दोन-तीन चापट्यांचा आवाज ऐकू आला. आता ललितेला गप्प बसवेना! रुसक्या स्वरात ती गौरीला म्हणाली,

'आज सिनेमाला जायचंय् ना?

गौरीने एकदम चमकून तिच्याकडे पाहिले. मग किंचित कंपित स्वराने तिने विचारले,

'म्हणजे?'

तिच्या स्वरातला कंप ललितेला जाणवला. ती हसली आणि म्हणाली,

'मला वाटलं, तुझा बेत बदलला!'

तिच्याकडे रुष्ट दृष्टीने रोखून पाहत गौरीने विचारले,

'कशावरून?'

'कशावरून, ते पुढ्यातल्या आरशाला विचार. आज रात्री तुला कुणी पाहायबिहायला येणार आहेत, असं दिसतंय् तुझ्या या तयारीवरून!'

तिच्याकडे मिस्किलपणे पाहत गौरी म्हणाली,

'अगदी मनकवडी आहेस, बघ!'

हे बोलता-बोलता गौरीचे डोळे मोठे मोहक झाले. त्यांच्यांतला तो गोड बालिश भाव - दिवाळीच्या सुट्टीत आपण घरी गेलो होतो, तेव्हा 'आक्का, आक्का' करीत मंगला आपल्याला नवा फ्रॉक दाखवायला आली. तिचे ते आनंदाने लुकलुकणारे डोळे थेट अस्से दिसत होते.

ललितेने गौरीकडे निरखून पाहिले. तिच्या गालांना गुदगुल्या करीत लज्जा लपायला निघून गेली, असा भास झाला तिला! तिने उत्सुकतेने विचारले,

'कोण येणार आहेत, ग, बघायला?'

गौरी एकदम पुढे आली आणि ललितेच्या गळ्याभोवती आपले बाहू गुंफून म्हणाली,

'येणार आहेत, नव्हे, आले आहेत. त्यांना मी मिठी सुद्धा मारली आहे. अगदी कडकडून! कळलं का?'

'चल चावट कुठली' असे म्हणत ललिता तिची मिठी सोडविणार, तोच बाहेरून नानांची घोगरी हाक ऐकू आली,

'गौरी, अग गौरी--'

गौरी ललितेपासून एकदम दूर झाली. ती ओ देणार इतक्यात नानाच खोलीच्या दरवाजात येऊन उभे राहिले. त्यांनी डोक्याला एक मळका रुमाल गुंडाळला होता. त्यांच्या शर्टच्या बटनांपैकी फक्त मधलेच एक जागेवर शिल्लक असलेले दिसत होते.

नकळत ललितेच्या मनाने त्यांच्या गबाळेपणाची गौरीच्या नटवेपणाशी तुलना केली. ती नानांची मुलगी आहे, हे परक्याला खरे सुद्धा वाटणार नाही, असे तिच्या मनात आले.

हुश्श करीत नानांनी गौरीच्या खाटेवर बैठक मारली. त्यांच्या खाकेत चार-पाच वर्तमानपत्रे दिसत होती. खोलीत ललिता आहे, असे दिसताच मोठे मनमोकळे हास्य करून ते म्हणाले,

'ललिताबेन, शूं छे? पेपर काय म्हणतात तुमचे? बाकी तुमचे पेपर चांगले

जाऊन काय उपयोग आहे, म्हणा! आमच्या या पेपरांची रडगाणी जोपर्यंत थांबत नाहीत-'

खाकेतले अंक हातांत घेऊन त्यांतला एक उघडीत ते म्हणाले,

'तिसरं महायुद्ध टळण्याचं काही लक्षण दिसत नाही. या महायुद्धात जो तो दुसऱ्यावर ॲटमबाँब टाकणार. तुमच्या आमच्या सारखी लाखो माणसं घटका दोन घटकांत जळून खाक होणार! सारे काळाबाजारवाले मारे मोठमोठे बंगले बांधताहेत. लेकांच्या हे लक्षात येत नाही, की उद्या एक ॲटम बाँब पडला, की यांचे हे ताजमहाल धुळीला मिळून जातील.' बोलता-बोलता ते थांबले. हातांतल्या वर्तमानपत्राच्या मजकुरावरून त्यांनी आपली नजर फिरविली. मग एक भला मोठा सुस्कारा टाकून ते उद्गारले,

'या बातम्या वाच, ललिता. छे--छे--छे! या भोगवादी पाश्चात्त्य संस्कृतीतून ही महायुद्धं उद्भवताहेत. जो तो श्रीमंत होऊ पाहतोय्! मजा, चैन, विलास या पलीकडं दुसरं काही दिसतच नाही बेट्यांना! आणि या बायकांनी तर सारा ताळतंत्र सोडलाय् तिकडं! 'स्त्रीषु दुष्टासु वार्ष्णेय जायते वर्णसंकर:' असं गीता कानी कपाळी ओरडतेय्. पण ते या उडाणटप्पू लोकांना पटत नाही. जगात खरी शांती फक्त आमची भारतीय संस्कृतीच निर्माण करू शकेल. हे साहेबाचं काम नाही. त्यांनी मोठमोठे शास्त्रीय शोध खुशाल लावावेत. पण आत्माचा शोध त्यांना कधी लागला नाही, आणि यापुढं लागणार नाही.'

पुन्हा खाली मान घालून नाना एक बातमी वाचण्यात गढून गेले. ललितेने गौरीकडे पाहिले. तिच्या कपाळावर एक आठी स्पष्ट उमटली होती. भारतीय संस्कृतीवर नानांचे व्याख्यान सुरू होऊन आपला सिनेमा बुडतो, की काय, या विचाराने ती बहुधा चिडून गेली असावी. ललितेलाही नानांचे ते कंटाळवाणे प्रवचन नको होते. तात्या व ते लहानपणी एका शाळेत होते, म्हणे! त्यामुळे गौरीची ओळख झाल्यापासून त्यांना वडिलांप्रमाणे मान देण्याचा ती प्रयत्न करी, पण त्यांची मोठमोठ्या गहन विषयावरली लांबलचक भाषणे सुरू झाली, म्हणजे मात्र काही केल्या तिला आपले हसू आवरता येत नसे. मागे एकदा त्यांनी असेच गांधींच्यावर तोंडसुख घेतले होते. आज टिळक हवे होते, हे त्यांच्या त्या बडबडीचे पालुपद होते. ते ऐकून शेवटी ललिता कंटाळली. तिच्या मनात आले, आपण नानांना थांबवावे आणि म्हणावे,

'क्षणाक्षणाला काळ पुढचं पाऊल टाकीत असतो, हे अजून कसं तुम्हांला कळत नाही? आज टिळक असते, तर ते नव्वद ब्याण्णव वर्षांचे झाले असते. त्यांना मधुमेहाचा विकार होता. तो एवढ्या म्हातारपणी किती बळावला असता, याची जरा कल्पना करा. गेल्या दहा-वीस वर्षांत जगात कितीतरी घडामोडी झाल्या. त्या टिळकांनी पाहिल्या असत्या, तर आज ते समाजवादी झाले असते. नाही कुणी

म्हणावं? टिळकांची तीस वर्षांपूर्वीची मतं आज कायम राहिली असती, असं तुम्ही गृहीत का धरता? तुम्हांला ते जुने विचार आवडत असतील. पण एकेकाळी नव्या पैठणीसारख्या दिसणाऱ्या अनेक विचारांची आता लक्तरं झाली आहेत, हे विसरू नका!'

हे सारे मनात येऊनही त्या वेळी ललिता एक शब्दसुद्धा बोलू शकली नव्हती. आणि आता सुद्धा नानांचे प्रवचन सुरू झाले असते, तर त्यांना विरोध करण्याचे धाडसही तिला झाले नसते! सुदैवाने पाने वाढल्याची वर्दी स्वयंपाकघरातून आली.

जेवण मुकाट्याने सुरू झाले. तिखटमीठ सुद्धा वाढून घ्यायला गौरी आत न आल्यामुळे माई मनातल्या मनात जळफळत होत्या. त्यांचा तो जळफळाट भांडी उचलताना नि ती परत ठेवताना खणखणाटाच्या रूपाने व्यक्त होत होता. पण नानांचे पत्नीच्या या अभिनयाकडे लक्ष नव्हते. पानातली सात-आठ कांद्यांची भजी मोठ्या चवीने खाऊन ते शेरा देते झाले,

'भजी मोठी छान झालीत हं!'

माई उद्गारल्या,

'न व्हायला काय झालं? आपल्या लाडक्या लेकीनं केली आहेत ना ती!'

नाना चमकले. गौरीने एकदम रागाने माईकडे पाहिले. गारगोटीवर गारगोटी घासली, की ठिणगी उडते. त्या ठिणगीची तीव्रता तिच्या दृष्टीत होती. नानांनी हे पाहिले. लगेच ते म्हणाले,

'इतकं काही पोरीला घालून पाडून बोलायला नको. घरकामांत तुला मदत होत नसेल तिची. पण घरासाठी तीही राबतेय्!'

'आणि मी मात्र परांच्या गादीवर ऐशआरामांत इथं लोळतेय्!'

'तसं नव्हे, ग! भज्यासाठी कांदे चिरताना तू इथं डोळ्यांतून पाणी गाळत असशील! तिकडे ऑफिसात आकडेमोड करताना ती रडकुंडीला येत असेल. मिळून हिशेब काय सारखाच!'

नानांच्या पानात भजी ढकलता-ढकलता फणकाऱ्याने माई म्हणाल्या,

'असेच हिशेब करता वाटतं, कचेरीत? अजून सरकारनं नोकरीवरून कमी कसं केलं नाही तुम्हांला? म्हणे, हिशेब काय सारखाच! रेशनचं धान्य निवडता- निवडता माझे डोळे फुटले, पोरांची धुणी धुता धुता हात सुजले. आणि, म्हणे, हिशेब काय सारखाच! मी रिकामटेकडी असते तर तुमच्या लाडक्या लेकीसारखी नट्टापट्टा करून वाढायला आले असते. अशी पोतेरं नेसून कंजारणी सारखी - केसांवरून फणी फिरवायला सुद्धा मेला मला वेळ मिळत नाही. आणि तुमची लेक मात्र --बघा-बघा कशी सिनेमातल्या नटीसारखी - '

माईंच्या तोंडाचा पट्टा सुरू झाल्यापासून गौरीच्या हातातला घास जिथल्या तिथंच

राहिला होता, हे ललितेच्या ध्यानात आल्यावाचून राहिले नाही. आता तो किंचित कापत आहे, असे तिला वाटले. संताप अनावर होऊन ती पानावरून ताडकन् उठेल, की काय, अशी तिला भीती वाटू लागली. लगेच माईंकडे वळून ती म्हणाली,

'तुमच्या पिढीची सर आम्हांला कशी येणार, माई? तुमच्या नखी आहे, ते आमच्या मुखी नाही! पण नाना म्हणाले, ते मात्र अगदी खरं आहे हं! भजी किती खुसखुशीत झाली आहेत! उद्या एखाद्या सभेत मी बोलायला उभी राहिले आणि लोकांनी मला भजी मारायचं ठरविलं, तर मी त्यांना म्हणेन, 'खुशाल मारा-हवी तेवढी मारा. फक्त माझी एक अट आहे. ती माईंच्या भज्यांसारखी हवीत!'

ललितेच्या या वाक्याने तापू लागलेले वातावरण थोडेसे शांत झाले. माईंची मुद्रा सौम्य झालेली दिसताच बायकोला आणखी खूश करण्याकरिता नाना उद्गारले,

'आज दिवाकर असायला हवा होता. भज्यांचा खरा भक्त आहे तो! त्यानं तुझी सारी भजी फस्त करून टाकली असती!'

प्रत्येक कलावंत स्तुतीसाठी सदैव आसुसलेला असतो. आपल्या पाककलेचे हे कौतुक पाहून माईंची चर्या आता प्रसन्न दिसू लागली. ती पाहून दिवाकर आज इथे आहे, तो मघाशी मला भेटला होता, कदाचित रात्री नानांना भेटायला येईल तो, त्याच्यासाठी थोडी भजी मुद्दाम ठेवा, असे माईंना सांगण्याची तीव्र इच्छा ललितेच्या मनात निर्माण झाली. पण तिचे ओठ उघडण्यापूर्वीच नानांचे शब्द तिच्या कानांवर आले,

'गाढव, कुठं भटकतोय्, कुणाला ठाऊक! माझा भाचा, माझं अन्न खाल्लेला मुलगा कम्युनिस्ट होतो! पोरानं अगदी काळं फासलं माझ्या तोंडाला! तरी मी त्याला सक्तीनं काळ-केसरी वाचायला लावत होतो. पण - ललिता, तुझ्या तात्यांना सुद्धा माझा एक निरोप सांग हं! म्हणावं, हे तुमचं सोशॅलिझम-बिशॅलिझम् आता बस्स झालं. अलीकडं त्यांच्या अग्रलेखांत दुसरं काहीच नसतं. चांगली चांगली माणसं अशी वेडी कशी होतात, कुणाला ठाऊक! त्यांना म्हणावं, भारतीय संस्कृतीशिवाय आपल्या देशाला आता दुसरा तरणोपाय नाही. सोशॅलिझम, कम्युनिझम आणि तुमचे उरलेसुरलेले इझम रद्द आहेत आमच्या संस्कृतीपुढं!'

मघाशी अर्ध्यावर राहिलेले नानांचे भारतीय संस्कृतीवरले पांडित्यपूर्ण प्रवचन आता सुरू होते, की काय, असे ललितेला भय पडले. पण इतक्यात कढईतून काढलेल्या गरम गरम भज्यांची एक चळत माईंनी नानांच्या पानात टाकली.

भारतीय संस्कृतीच्या वर्णनात तल्लीन झालेले नाना त्या गरम भज्यांशी समरस झाले. ते पाहून ललितेने सुटकेचा सुस्कारा सोडला. तिने गौरीकडे पाहिले. ती स्वत:शीच हसत होती. जणू काही जागेपणीच तिला कसले तरी रम्य स्वप्न पडत असावे.

थिएटरपर्यंत ललिता मुळीच बोलली नाही. त्या दोघी घराबाहेर पडू लागल्या, तेव्हा गौरीच्या सहा वर्षांच्या धाकट्या भावाने त्यांच्याबरोबर जायचा हट्ट धरला. गौरीने त्याची समजूत घालण्याचा खूप प्रयत्न केला. 'उद्या तुला चित्राचं चांगलं पुस्तक आणून देईन,' नवा चेंडू घेऊन देईन' वगैरे आश्वासने तिने त्याला दिली. पण सत्ताधारी वर्गाच्या शब्दांवर जसा दलित वर्गाचा विश्वास नसतो, तशी लहान मुलांना वडील माणसांची अभिवचने काही केल्या खरी वाटत नाहीत. बालकाच्या सृष्टीत भूत आणि भविष्य या दोन्ही कालांना फारसे अस्तित्व नसते. त्याला कळत असतो फक्त एक काळ. तो म्हणजे वर्तमान! जे समोर दिसेल, ते त्याला हवे. घराबाहेर कुणीही मनुष्य कोणत्याही कामासाठी जाऊ लागो, त्याच्याबरोबर भटकायला ते उत्सुक असते. साहजिकच गौरीचा धाकटा भाऊ काही केल्या आपला हट्ट सोडीना. ती त्याला बरोबर न्यायला तयार होईना! त्याने भोकांड पसरले. त्याला गप्प करण्याकरिता म्हणून माईंनी त्याला दोन चापट्या मारल्या. तो अधिकच रडू लागला. मघाशी ललितेने चतुराईने विझविलेली आग पुन्हा धुमसू लागली. त्याला बरोबर घेऊ या, असे तिने गौरीला सुचविले. पण आज तिच्याही अंगात कुणाचा तरी संचार झाला होता. त्याला तसाच रडत ठेवून ती घराबाहेर पडली. थिएटरपाशी येईपर्यंत हेच चित्र ललितेच्या डोळ्यांपुढे तरळत होते. त्यामुळे तिच्या मनावर सूक्ष्म विषण्णतेची छाया पसरून ती घुमी झाली होती.

पण थिएटरच्या प्रकाशामय आवारात पाऊल टाकताच ती छाया कुठल्या कुठे पळून गेली. ललितेला हा अनुभव काही नवीन नव्हता. कळू लागल्यापासून ती पाहत आली होती. जत्रेत, बाजारात, शाळेत, सभेत, थिएटरात, किंबहुना जिथे जिथे खूप खूप माणसे जमलेली असतील, तिथे तिथे तिचे मन आपोआप आपले लहानमोठे दु:ख विसरून जात असे. आता चित्रपटगृहाच्या आवारात तर ती विशेषच प्रसन्न झाली. डाव्या बाजूला लावलेले सीतेच्या अग्निदिव्याचे भव्य चित्र झगझगीत प्रकाशात मोठे उठून दिसत होते. प्रखर प्रकाशानेच, की काय, त्या चित्रातल्या लाल अग्निज्वाला अधिकच लाल दिसत होत्या आणि सीतेच्या मुखावरले पावित्र्याचे तेज अधिकच तळपत होते. भोवताली माणसांची ये-जा सारखी सुरू होती. स्त्री-पुरुषांचे विविध वेष, त्या वेषांचे अनेक चित्रविचित्र चित्ताकर्षक रंग आणि प्रकार, आपल्या आईचे बोट धरून लटूलुटू जिना चढून जाणारी एक गोरीपान दोन-तीन वर्षांची मुलगी, तिचे ते ऐटदार रीतीने कापलेले केस, त्या केसांची वाऱ्याच्या झुळुकेबरोबर उडणारी झुलुपे, थिएटरांत सुरू झालेल्या गोड गाण्याचे अस्पष्ट सूर - या सर्वांनी तिचे मन उल्हसित झाले. उन्हाने आणि धुळीने कंटाळलेल्या प्रवाशाला समोर झुळझुळता झरा दिसावा, तसे तिला वाटले. लहानपणी अल्लाद्दिनाच्या दिव्याची किंवा चाळीस चोरांची गोष्ट वाचताना तिला अगदी असाच अनुभव येई. आईचे काम किंवा शाळेचा

अभ्यास करताना आपण कुठल्या तरी रूक्ष जगात वावरत आहो, असे तिला वाटे. मात्र त्या गोष्टी वाचायला सुरुवात केली, की नीरस जगातून सुन्दर यक्षभूमीत आपण प्रवेश केला आहे, असा तिला भास होई. आता तिला त्या गोष्टीची आठवण झाली आणि वाटले, माणसाचे बाळपण कधी संपत नाही हेच खरे! चडफडणाऱ्या माई, बडबडणारे नाना, किंचाळणारी मुले— गौरीच्या घरातले ते सारे मन उदास करणारे वातावरण हां हां म्हणता विरून गेले. प्रकाश, सुगंध आणि संगीत यांनी फुललेल्या आनंदी जगात ती आली. आता ती आणि गौरी जवळजवळ बसून चित्रपट पाहणार होती. गौरीला उत्तररामचरित्र माहीत असण्याचा संभव नव्हता. तात्यांनी आपल्याकडून ते इंटरमध्ये मुद्दाम वाचून घेतले होते. चित्र सुरू झाले, म्हणजे त्या नाटकातल्या अनेक सुन्दर कल्पना आपण तिला सांगू! 'मी लोकांच्या समाधानाकरिता सर्व काही सोडीन. सीतेचासुद्धा त्याग करीन.' असे राम म्हणतो तो श्लोक आणि तो दुसरा -- 'अलसललित मुग्धान्!' पुढे काय बरे आहे? आणि तो— त्याची शेवटची ओळ किती रम्य आहे -- 'अविदित गत यामा रात्रिरेव व्यरंसीत्.' अरण्यांतल्या आपल्या झोपडीत सीता आणि राम रात्ररात्रभर गोष्टी बोलत बसायची! रात्र संपे. पण त्यांच्या गोष्टी कधी संपल्या नाहीत!

केवढा मोठा कवी होता हा भवभूति! राजधर्म म्हणून पत्नीचा त्याग करणारा पति आणि पतीच्या प्रतिष्ठेसाठी अग्निदिव्य करणारी पत्नी त्याने ज्या कौशल्याने रंगविली, तेच ती पतिपत्नी अरण्यात पहाट होईपर्यंत गोष्टी करीत बसत आणि इतके बोलूनही त्यांची कधी तृप्ती होत नसे हे चित्रित करण्यात --

जागेवर जाऊन बसेपर्यंत ललितेचे मन असेच भ्रमत होते. हजार पाकळ्यांचे एखादे फूल हळूहळू उमलावे, तशा त्या रम्य, उदात्त नाटकाच्या स्मृती तिच्या मनात एकामागून एक फुलत होत्या. ती या तंद्रीत असल्यामुळे गौरी आपल्याशी काय बोलत आहे, हे प्रथम तिच्या लक्षातच येईना! आपल्याला उद्देशून ती काही तरी बोलली, एवढे मात्र तिला वाटले. तिच्याकडे वळून ललितेने विचारले, 'काय, ग, हवं तुला? हल्ली माणसं सिनेमाला येतात, ती काही चित्र पाहायला नाही. काही तरी खायला! काय घेऊन देऊ या कुक्कुबाळाला? शेंगदाणे, की चॉकलेट?'

गौरी स्तब्ध राहिलेली पाहून ललितेला आश्चर्य वाटले. तिचा चेहरा गंभीर दिसत होता. ललिता गोंधळून तिच्याकडे पाहू लागली. आपल्या पातळाच्या पदराचे टोक दातांत धरून ते विमनस्कपणे चावीत गौरी म्हणाली,

'एक मोठी चूक झाली, बाई, माझ्या हातून!'

धाकट्या भावाला घरी रडत टाकून आपण तशाच आलो, याचे गौरीला दुःख होत असावे, असे ललितेला वाटले. इतक्यात गौरी उद्गारली,

'माझी एक मैत्रीण फार आजारी आहे. इथून जवळच राहते, बघ ती! आज

संध्याकाळी नक्की भेटायला येते, म्हणून तिला निरोप पाठविला होता मी! पण कसा, बाई, मला विसर पडला. देव जाणे! तिच्याकडे अशी जाऊन येते हं मी!'

'मीही येते तुझ्याबरोबर! थोडंसं चित्र चुकलं, म्हणून बिघडत नाही काही! पूर्वी पाहिलंय मी ते एकदा!'

गौरीच्या चेहऱ्यावर क्षणार्ध भावनांचा पाठशिवणीचा खेळ झाला. आवंढा, गिळून ती म्हणाली,

'तू आलीस, म्हणजे सारा सिनेमा तिथंच संपेल. तिची आई अशी जबरदस्त पाहुणचार करणारी बाई आहे, म्हणतेस -- तुझ्यासारखी पाहुणी आली, म्हणून ती चुलीवर चहाचं आधण ठेवील, पोहे करण्यासाठी कांदे चिरायला बसेल. मागं एकदा मध्यरात्री भात-पिठलं करून घातलं होतं तिनं आम्हांला! मी एकटी गेले, म्हणजे थिएटरात तू माझी वाट पाहत बसली आहेस, असं सांगून निसटता येईल मला!'

गौरीचा हा मुद्दा ललितेला पटला.

'आता येते हं! सीता अरण्यात जाईल, तेव्हा तुझे डोळे पुसायला जवळ कुणीतरी हवंच!' असे हसत म्हणत गौरी चटकन वळली आणि बाहेर जाऊ लागली. तिची पाठमोरी आकृती किती डौलदार दिसत होती! पुढल्या खुर्च्यांवर बसलेल्या कित्येक पुरुषांनी मुद्दाम माना मागे वळवून बाहेर जाणाऱ्या गौरीकडे निर्लज्जपणाने पाहिले. ते लक्षात येताच ललितेच्या मनात आले, 'स्त्रीकडे पाहण्याची पुरुषाची ही दृष्टी कधीच बदलणार नाही का? एकीकडे स्त्रीपुढे पावित्र्याचा आदर्श ठेवायचा आणि दुसरीकडे ती एक उपभोगाची वस्तू आहे, असे मानून चालायचे! या दोन्हींची सांगड कशी घालायची?'

चित्र सुरू होईपर्यंत याच तापदायक प्रश्नाभोवती तिचे मन घिरट्या घालीत होते. हातात किल्ल्यांचा घोस असावा, पण समोरच्या बंद कुलुपाला त्यांतली कुठलीही किल्ली लागू नये, तशी तिची स्थिती झाली. या प्रश्नाचे उत्तर सोपे नाही, ही कटू जाणीव चित्रातल्या प्रत्येक प्रसंगाबरोबर वाढत गेली. तीन-चार वर्षांपूर्वी तात्यांच्या बरोबर तिने हे चित्र पाहिले होते. त्या वेळी सीता आणि राम या दोघांविषयी तिच्या मनात भक्ती निर्माण झाली होती. पण आज तिला रामाविषयी पूर्वीइतकी आपुलकी वाटेना! तिचे विचारी मन राहून राहून म्हणत होते, 'रामाचे राज्य हे प्रजेच्या दृष्टीने आदर्श राज्य असेल! पण सीतेच्या दृष्टीने, पतीच्या राज्यात त्या सतीवर जेवढा अन्याय झाला, तेवढा आतापर्यंत जगातल्या दुसऱ्या कुठल्याही स्त्रीवर झाला नसेल! असा अन्याय होण्याचे कारण एकच आहे. स्त्री आणि पुरुष यांच्या जीवनाचे, समाजाचे निकष निराळे आहेत. स्त्रीच्या चारित्र्याविषयी नुसती शंका आली, तरी -

परटाने सीतेच्या शीलाविषयी संशय प्रगट केल्याचे दृश्य पडद्यावर येऊन गेले. सीतेच्या पावित्र्याची सार्वजनिक चिकित्सा सुरू झाली. ती दृश्ये पाहता पाहता

ललिता अस्वस्थ झाली. एखाद्या बेवारशी प्रेताचा पोलिसांनी पंचनामा करावा, पुढे ते प्रेत सरकारी दवाखान्यात न्यावे आणि तिथल्या डॉक्टरांनी त्याची हवी तशी चिरफाड करावी, तशी ती चर्चा तिला वाटली. लगेच तिच्या मनात आले, ही गोष्ट खरोखरीच घडली आहे काय? की केवळ एक अत्यंत उच्च आदर्श जगासमोर ठेवण्याकरिता वाल्मीकीसारख्या महाकवीने ती रचली आहे? रावणाच्या घरी राहिलेल्या सीतेविषयी कौसल्येच्या मनात काही शंका आली असती, वसिष्ठासारख्या ऋषीने तिच्या शीलाविषयी संशय घेतला असता, तर गोष्ट निराळी होती. पण एका मोठ्या राजधानीतला एक मूर्ख परीट तोंडाला येईल ते बडबडतो काय आणि रामासारखा प्रेमळ पती आपल्या निष्कलंक पत्नीचा त्याग करतो काय? सारेच विलक्षण!

चित्रकथा पुढे धावत होती. ललितेच्या डोळ्यांपुढून करुण प्रसंग येत होते नि जात होते. मधुर वीणारव तिच्या कानांत घुमत होते. पण काही केल्या तिचे मन समोर घडणाऱ्या कथेशी समरस होईना. तात्या तिला उत्तर राम सांगत असताना मावशीचा आणि त्यांचा मोठा कडाक्याचा वाद झाला होता. तो सारा तिला आता आठवला. मावशी मोठ्या आवेशाने म्हणाली होती,

'रामायण ही स्त्रीच्या गुलामगिरीची गोष्ट आहे. सीतेचं रामाशी लग्न लागलं, ते काही तिला राम आवडला, म्हणून नव्हे. त्यानं शिवधनुष्याचा भंग केला, म्हणून! हा धनुष्यभंगाचा पण कुणी लावला होता? सीतेच्या बापानं! तो दुसऱ्या कुणी जिंकला असता, तरी त्याच्या गळ्यात सीतेला माळ घालावी लागली असती! पुढे रावणानं सीतेचं हरण केलं. स्त्री ही पुरुषाची भोग्य वस्तू आहे, ही कल्पनाच या कथाभागाच्या मुळाशी आहे. रावणाला मारल्यानंतर सीतेला अग्निदिव्य करायला लावण्याचं काय कारण होतं? पण राम पडला पुरुष! बायकोच्या जिवापेक्षा आपल्या अब्रूची किंमत त्याला जास्ती वाटली. ते अग्निदिव्य करायला लावण्याचं काय कारण होतं? परंतु अयोध्येत आल्यावर एक तोंडाळ परीट सीतेची कुटाळकी करतो आणि जणू काही ते साऱ्या प्रजेचं मत आहे, असं मानून राम तिला अरण्यात पाठवून देतो! तात्या, तुम्हांला हे सारं सुंदर काव्य वाटत असेल, पण आम्हां बायकांना -- माझ्यासारख्या सुशिक्षित स्त्रीला सीतेच्या चरित्रात स्त्रीजातीचं सारं दुःख, सारी लज्जा, सारी दुर्बलता साठली आहे; असा भास होतो.'

केवळ बायकांच्या सभांतच नव्हे, तर पुरुषांच्या मोठमोठ्या सभांतसुद्धा मावशीच्या वक्तृत्वपूर्ण वाणीचा प्रभाव पडत असे, हे परकरी पोर असल्यापासून ललिता पाहत आली होती. उत्तररामचरितावर तात्यांशी बोलताना तिचे ते सारे वक्तृत्व जागृत झाले होते. वळवाच्या पावसांत गारा पडू लागल्या, म्हणजे त्या वेचण्यात लहान मुलांना विलक्षण आनंद वाटतो. दोन वर्षांपूर्वीच्या मावशीच्या त्या बोलण्यातला शब्द नि शब्द ललितेच्या मनाने त्याच उत्साहाने टिपून घेतला होता.

आता तो राहून राहून तिला आठवू लागला. त्या वेळी त्या शब्दांचा पुरा अर्थ तिला कळला नव्हता. आता समोरचा चित्रपट पाहताना तो तिला तीव्रतेने जाणवू लागला. मावशीचा पुरुषावरला राग खरोखरच बरोबर होता. एवढा मोठा राम! किती पवित्र, प्रेमळ, प्रभावी पुरुष! पण - छे! पुरुष कितीही थोर झाला, कितीही उदार झालाही तरी त्याचे खरे प्रेम असते, ते स्वत:वर. म्हणूनच तो --

थिएटरात एकदम दिवे लागले. मध्यांतर झाले होते. इतका वेळ वेगाने उलट सुलट फिरत असलेले ललितेचे विचारचक्र प्रकाशाची जाणीव होताच मंद होऊन थांबले. तिने शेजारच्या खुर्चीकडे पाहिले. गौरी अद्यापि आली नव्हती. इतका वेळ तिची आपल्याला आठवण कशी झाली नाही, याचे तिचे तिलाच आश्चर्य वाटले. लगेच तिला गौरीचा राग आला. मुद्दाम आग्रह करून तिने आज आपल्याला गावात राहायला बोलावले. चित्रपटाला जायचे तिनेच ठरविले. तिची आपली आता लवकर भेट होणार नाही, म्हणून आपण ते कबूल केले आणि थिएटरात आल्याबरोबर ती जी कुठल्या मैत्रिणीकडे जाऊन बसली आहे, ती--

त्या मैत्रिणीकडे जाऊन तुझी माझी गट्टी फू असे गौरीला सांगावे आणि टांगा करून सरळ वसतिगृहाकडे निघून जावे, असे ललितेला वाटले. पण ते क्षणभर! लगेच आपल्या या बालिशपणाचे तिला हसू आले. गौरीच्या मैत्रिणीचे नाव काय, ती कुठे राहते, काही काही आपल्याला ठाऊक नाही. तेव्हा तिची गट्टी फू करायची झाली, तरी आपण तिला कुठे गाठणार असा विचार तिच्या मनात आला. मग तिला वाटले, 'गौरी म्हणजे एक फुलपाखरू आहे. त्या आजारी मैत्रिणीकडे जाऊन ती मधेच परत आली असेल, बाहेर कुणी तरी ओळखीचा मित्र, नाहीतर मैत्रीण तिला भेटली असेल आणि आत मी बसले आहे, हे विसरून ती तिथेच गप्पा मारीत बसली असेल! आपणच बाहेर जाऊन यावे. म्हणजे पाय मोकळे होतील आणि गौरी कुठे गप्पांत गुंग झाली असली, तर तिचा पत्ता लागेल!

ललिता बाहेर आली. ठिकठिकाणी प्रेक्षकांचे घोळके उभे होते. त्यांच्यावरून तिने आपली नजर फिरविली. गौरी कुठेच दिसली नाही. पलीकडे कुणी चहा घेत होते; चिवडा खात होते. कुणी मोठमोठ्याने बोलत होते; वादविवाद करीत होते. आपणही चहा घ्यावा, असे तिला वाटले. ती पुढे गेली. चहाच्या दुकानाभोवतालच्या गर्दीतून वाट काढून ती पुढे होणार, इतक्यात तिचे लक्ष पलीकडच्या कोपऱ्यातल्या काळोखात चहा पिणाऱ्या एका माणसाकडे गेले. कुणीतरी शीख होता तो! तिने निरखून पाहिले. छे! कुणीतरी नव्हता तो - मघांशी भेटला तोच- हो, खास दिवाकरच! तिच्या अंगावर भीतीचा काटा उभा राहिला. त्याच्या या धाडसाचे कारण तिला कळेना! ती थोडीशी पुढे झाली. त्याने आपल्याला पाहिले, हे त्याच्या भुवयांच्या हालचालीवरून तिला कळले. कपातला चहा घाईघाईने पिऊन त्याने चटकन पेला परत केला, झटकन् पैसे

टाकले. तो लगबगीने चालू लागला. अग्निदिव्याच्या त्या भव्य चित्रापलीकडे तो गेला. तिथे थोडासा आडोसा होता. साधारण अंधार होता. त्या बाजूला फारशी रहदारीही नव्हती. तिथे जाऊन शीळ घालीत तो उभा राहिला. जणू काही आपण सहज त्या बाजूला जात आहो, असे दाखवीत ललिता तिकडे वळली. आपल्या अभिनयाचा कुणाला संशय येऊ नये, म्हणून अग्निदिव्याच्या त्या चित्रासमोर ती थांबली. ते चित्र पाहण्यात आपण गुंग झालो आहो, असे तिने दाखविले. मग ती हळूहळू पुढे गेली. दिवाकराजवळ जाताच अस्पष्ट पण भीतियुक्त स्वराने ती म्हणाली,

'तुला वेडबीड तर लागलं नाही ना? लहानपणी लपंडावात अगदी पहिल्या झपाट्यालाच सापडत असशील तू--'

'फार दिवसांत चित्र पाहिलं नव्हतं. शिवाय आजारी मित्राच्या अंथरुणापाशी बसून कंटाळलो होतो. मृत्यूच्या छायेत माणसाचं मन किती मलूल होतं, हे तुला -- त्यात हे चित्र लागलेलं!'

'हे चित्र?'

'हो. माझी फार आवडती कथा आहे ही!'

दिवाकरासारख्या जहाल साम्यवादी तरुणाला हे कथानक इतके का आवडावे, ते ललितेच्या लक्षात येईना! तिला मावशीची रामायणावरली सारी टीका आठवली. ती औपरोधिक स्वराने म्हणाली,

'तुला ही गोष्ट आवडायचीच, म्हणा!'

'म्हणजे?'

'साम्यवादी झालास, तरी तू पुरुष आहेस. स्त्रीच्या नाजूक दु:खाची, तिच्यावर होणाऱ्या असह्य अन्यायांची कल्पना तुला— मार्क्स नि लेनिन वाचून तुम्ही गरिबांसाठी छाती बडवून घ्याल! पण बायकांसाठी --'

दिवाकर हसत मधेच म्हणाला,

'आज तुझ्या अंगात एकविसाव्या शतकातली स्त्री संचारलेली दिसतेय्! ही कथा नुसत्या स्त्रीच्या दु:खाची नाही. तिच्यात पुरुषाचं दु:खही आहे. त्या दोघांची दु:खं उदात्त आहेत, म्हणून ही कथा मला आवडते. क्षुद्र सुखांपेक्षा उदात्त दु:खं- असल्या दु:खांतच मनुष्याचं मोठेपण आहे. मानवजातीची प्रगती आहे. कर्तव्य आणि प्रीती, भक्ती आणि आसक्ती यांचा कलह हा आपल्या जीवनातला सर्वात मोठा संग्राम आहे, हे भवभूतीइतकं दुसऱ्या कुणाही कवीला कळलं नाही. हा लढा प्रत्येक मनुष्याच्या आयुष्यात या नाही त्या रूपानं येतोच येतो. त्यात बहुतेकांचा पराभव होतो. म्हणून तर मानवतेची प्रगती मुंगीच्या पावलांनी होत आली आहे. पण रामासारखा एखादा या लढ्यात विजयी होतो. त्याचं जीवन जगाला धीर देते. पिढ्यान् पिढ्या त्याचा प्रकाश पसरत राहतो. तो माझ्यासारख्या नास्तिकाला सुद्धा--'

बोलता बोलता दिवाकराचा आवाज चढत गेला. आपण कुठे आहो, याचे भान त्याला राहिले नाही. कॉलेजातल्या सभांत तो असाच बोले. मुले-मुली मंत्रमुग्ध होऊन त्याचे भाषण ऐकत. पण आता - इथे - अशा वेषांतरात - आपण ललितेला उत्तर देत आहो, हे ठाऊक असून -- त्याने एकदम मोठ्या सभेपुढे भाषण करीत असल्यासारखे बोलू लागावे --

पलीकडे ऐटीत विडी ओढीत उभ्या असलेल्या एका पोलिसाने मागे वळून कोण बोलत आहे, हे पाहिले. या पोलिसाजवळच दोन-तीन कॉलेज विद्यार्थी उभे होते. त्यांच्यापैकी एकाला एकदम खोकल्याची जोराची उबळ आली.

दिवाकर हळूच म्हणाला,

'जातो मी. नाहीतर उद्याच्या वर्तमानपत्रांत एका महाराष्ट्रीय विदुषीला शीख निर्वासितानं पळविली, अशी बातमी प्रसिद्ध व्हायची!'

तो झपझप पावले टाकीत निघून गेला. मग ललिता जागेवरून हलली. जाता जाता तिच्या कानांवर शब्द पडले,

'लेका, मोठमोठे लोक म्हणताहेत, आंतरजातीय लग्नं झाल्याशिवाय या देशाचा उद्धार होणार नाही! ते काय उगीच?'

ललिता परत आपल्या जागेवर येऊन बसली, ती क्षुब्ध मन:स्थितीतच! त्या चावट विद्यार्थ्यांची चीड येण्यापेक्षा शिकलेल्या मुलांत अशी चिलटे कशी निर्माण होतात, या विचारानेच तिचे मन क्षणभर व्यग्र केले. दिवाकराला उलट उत्तर देण्याची संधी मिळाली नव्हती तिला! याचेही तिला तितकेसे वाईट वाटत नव्हते. मात्र योगायोगाने तो दुसऱ्यांदा भेटला असूनही, सध्या तो कुठे असतो, काय करतो, हे विचारण्याचे आपल्याला भान राहू नये, याबद्दल तिला स्वत:चा राग आला होता. दुसऱ्यावरल्या रागापेक्षा स्वत:वरला राग फार तापदायक असतो. तो जागच्या जागी धुमसत राहतो आणि मग धुराने भरलेल्या न्हाणीघरात स्नान करणाऱ्या व्यक्तीसारखी माणसाच्या मनाची स्थिती होते. ते गुदमरून जाते. अशा क्षुब्ध मन:स्थितीतच गौरीची रिकामी खुर्ची तिच्या दृष्टीला पडली. आता ती अधिकच चिडली.

समोर सुरू झालेल्या चित्राकडे तिचे लक्ष लागेना! दिवाकर थिएटरातच कुठे तरी आहे, पण तो कुठे आहे, हे आपल्याला ठाऊक नसावे, याचे तिला वाईट वाटू लागले. त्याचे ते मघाचे व्याख्यानवजा बोलणे तिला आठवले. कॉलेजमधे कुठलीही सभा असली, तरी तिच्यात तो बोलायचा, सदानकदा कम्युनिझमचा पुरस्कार करायचा. अशा कट्टर साम्यवाद्याने एक पौराणिक कथा मोठ्या प्रेमाने पाहावी, नुसती पाहावीच नव्हे, तर तिची स्तुती करावी, याचे तिला मोठे नवल वाटू लागले. 'ही स्त्रीच्या दुःखाइतकीच पुरुषाच्या दुःखाची कथा आहे', असे तो म्हणाला. ऐकायला मोठे चांगले वाक्य होते ते! बाह्यत: फार अर्थपूर्ण होते. पण खरोखरच ते खरे आहे

का? स्त्रीचे सारे दुःख पुरुषाने निर्माण केले आहे, असे लहानपणापासून मावशीच्या तोंडून आपण ऐकत आलो. मग मावशी खरी, की दिवाकर खरा?

समोर चिमुकले कुशलव प्रथम पाळण्यातून हसले. मग मोठे होऊन धनुर्विद्या शिकू लागले. अयोध्या नगरीत प्रभूरामचंद्राला रामायण गाऊन दाखविण्याकरिता ते गेले. ललितेचे डोळे ही सारी रम्य दृश्ये पाहत होते. पण तिचे मन मात्र दिवाकराच्या भाषणाभोवती प्रदक्षिणा घालीत होते. क्षुद्र सुखांपेक्षा उदात्त दुःखे अधिक चांगली, असे म्हणताना काय सांगायचे होते त्याला? ते सत्य आहे का? विचार करकरून ती कंटाळली. शेजारी गौरी असती, तर गप्पागोष्टींत आपले मन रमत राहिले असते, असे मनात येऊन तिचा तिला अधिकच राग आला! इतक्यात काळोखातून थबकत थबकत कुणीतरी येऊन तिच्या शेजारी बसले. ती किंचित दचकली. मग तिने निरखून पाहिले. गौरीच होती ती! तिने खुर्चीच्या हातावर ठेवलेला डावा हात ललितेने आपल्या हातात घेतला. त्याच्या तळव्याच्या ओलसरपणाने ती चकित झाली. भर उन्हाळ्यात गौरीच्या तळहातांना इतका घाम का यावा?

रुष्ट स्वराने ललितेने प्रश्न केला,

'धावत आलीस, वाटतं?'

'हं.'

'वाघबीघ लागला होता का मागं?'

'अंहं! पण पुढं एक वाघीण वाट बघत -!'

गौरी अधिक काही बोलली नाही. पण हे सहा-सात शब्द बोलताना तिचा आवाज घोगरा झाला होता. तो घोगरेपणा ललितेला जाणवला.

'तुझ्या मैत्रिणीची प्रकृती कशी आहे?' तिने औपचारिक स्वराने विचारले.

'बरी आहे. पण काय करू, ग? ती मला काही केल्या सोडीना. मी तिला खूप खूप सांगितलं -'

'फार प्रेम दिसतंय् तिचं तुझ्यावर?'

गौरी स्तब्ध राहिली. मात्र आपल्या हातात असलेल्या तिच्या हातावर काटा फुलल्याचा ललितेला भास झाला. ती खट्याळपणाने उद्‌गारली,

'कुठं रानात गेली होतीस, वाटतं, हातापायांत काटे मोडलेले दिसताहेत!'

आपला किंचित कंप पावणारा हात तिच्या हातातून काढून घेत गौरी उत्तरली, 'आता जरा गप्प बैस, बाई! पडद्यावर लढाई सुरू झाली आहे. ती पाहून तिकिटाचे चार-दोन पैसे तरी वसूल करते!'

लौकरच चित्र संपले. थिएटरांतल्या प्रकाशात ललितेने गौरीकडे पाहिले. तिचे केस विस्कटले होते. संध्याकाळची तिची नीटनेटकी केशभूषा ललितेला आठवली. तिला आश्चर्य वाटले.

'त्या आजारी मैत्रिणीच्या गळ्यात गळा घालून गप्पा मारीत होतीस, वाटतं!' असा बोचक प्रश्न गौरीला विचारायची इच्छा तिच्या मनात निर्माण झाली, इतक्यांत तिचे लक्ष तिने मोठ्या आवडीने केसांना लावलेल्या पिनांकडे गेले. ती घुबडांची पिन कुठे दिसत नव्हती.

ललितेने हसत विचारले,

'उडून गेली, वाटत ती?'

'असं उखाण्यात बोलू नकोस, बाई. कोण उडून गेली?'

'तुझ्या डोक्यावर बसलेली घुबडं!'

गौरी एकदम चपापली. तिने हाताने आपले डावीकडले केस चाचपून पाहिले. तिथे ती पिन नव्हती. ती क्षणभर गोंधळली आणि मग म्हणाली,

'मघाशी मी घाईघाईनं इथं येऊन बसले ना? त्या गडबडीत खाली पडली असेल ती!'

लगेच वाकवाकून तिने चोहींकडे पाहिले. ललितेनेही ती शोधली. पण ती कुठेच मिळाली नाही. गौरीचा चेहरा एकदम गोरामोरा झाला. एका पिनेसाठी एखाद्या लहान मुलीप्रमाणे तिने इतके बेचैन का व्हावे, ते ललितेला कळेना!

❒

गौरीचे स्वप्न

थिएटरातून बाहेर पडून रस्त्याला लागल्यावर गौरीची कळी एकदम खुलली. ती ललितेला म्हणाली,

'आता कुठं जायचं?'

'घरी!'

'अशा सुंदर रात्री घरी जाऊन घोरत पडायचं?'

'आणखी एक गोष्ट करता येईल.'

'कोणती?' गौरीने मोठ्या उत्सुकतेने प्रश्न केला.

'चोरी!'

'जा, गडे!' तिला दूर ढकलीत गौरी म्हणाली, 'तुला काळवेळ काही कळतच नाही का, ग? अशा रम्य काव्यमय रात्री - '

'चोरी करावी आणि चतुर्भूज व्हावं. सुशिक्षित मुलीच्या लग्नाचा प्रश्न फार बिकट झाला आहे, असं वडील माणसं म्हणताहेत ना? तो प्रश्न या मार्गानं बहुधा सुटेल!'

'ही वडील माणसं गप्प बसतील, तरीसुद्धा हा प्रश्न सुटेल, बघ! जग, आपल्याकडं तरुण-तरुणी मोकळपणानं भेटू लागतील, तर साऱ्या ज्योतिष्यांचा, भिक्षुकांचा आणि बँडवाल्यांचा धंदा हां हां म्हणता बंद होईल!'

मागून वेगाने येणाऱ्या मोटारीच्या झगझगीत प्रकाशाने आणि कर्कश स्वराने त्या दोघी किंचित दचकल्या आणि लगबगीने बाजूला झाल्या. मोटार निघून गेल्यावर गौरी ललितेच्या गळ्याभोवती हात गुंफून म्हणाली,

'आपण कुठं तरी फिरायला जाऊ या आता! नदीवर येतेस? तिथं मी तुला एक छान छान गाणं म्हणून दाखवीन. कुठलं, सांगू? नको, रे, कृष्णा, रंग फेकु चुनडि भीजते, मध्यरात्री चांदण्यात थंडी वाजते.'

'हे गाणं रचणाऱ्या महाकवीला म्हणावं, भिजते मधली भि ऱ्हस्व असते आणि थंडी मधली डी दीर्घ असते!'

'मुलखाच्या अरसिक आहेस, बाई, तू! उद्या नवऱ्याचं पत्र आलं, की त्यातल्या शुद्धलेखनाच्या चुकाच काढीत बसशील तू!'

'ती पाळीच यायची नाही माझ्यावर!'

अर्थपूर्ण दृष्टीने तिच्याकडे पाहत गौरी म्हणाली,

'तिकडचं शुद्धलेखन पाहून पंडिताबाईंनी स्वयंवर ठरविलेले दिसतंय्! कोण, ग, आहे हा? गळ्याची शपथ आहे तुला ललिता. नाव सांगू नकोस, हवं तर! पण स्वारीचा धंदा सांगशील, की नाही? डॉक्टर, वकील, प्रोफेसर, व्यापारी--'

ललिता नुसती हसली.

'माझा सल्ला हवा असेल, तर तो फुकट देते बघ. मी नवऱ्यांचे वर्ग लावून ठेवले आहेत. पहिला व्यापाऱ्यांचा, दुसरा डॉक्टरांचा, तिसरा वकिलांचा आणि चवथा - परीक्षेत चवथा वर्ग नसतो. पण लग्नात मात्र तो हवाच. हा शेवटचा वर्ग प्रोफेसरांचा! प्रोफेसराच्या खाली मात्र मुलीने जाऊ नये. मास्तरबिस्तर म्हणशील, तर -' गाल फुगवून आणि मोठा गंभीर चेहरा करून ती पुढे म्हणाली, 'शिक्षक हा राष्ट्राचा शिल्पकार आहे, तो भारतभाग्यविधाता आहे, वगैरे वगैरे सारं खरं आहे, बाई. पण एक गोष्ट सांगते तुला, लले! प्राण गेला, तरी मास्तरशी लग्न करू नकोस! त्याच्यापेक्षा रेशनमधला कारकून बरा! तो नाही मिळाला, तर एखादा पानपट्टीचा दुकानदार!'

गौरीचा बडबड्या स्वभाव ललितेला पूर्णपणे परिचित होता. चेंडूच्या प्रत्येक टपाशी खेळत बसणाऱ्या लहान मुलाप्रमाणे एखादी कल्पना घेऊन शब्दांनी तिच्याशी क्रीडा करीत बसण्याची तिला सवय होती. आता ती रंगात येऊन बोलत होती, ती त्याच तऱ्हेने! पण परीक्षेच्या काळजीने, संध्याकाळपासून घडलेल्या गोष्टींनी आणि मनात आलेल्या नाना तऱ्हांच्या विचारांनी ललिता अगदी शिणून गेली होती. त्यामुळे गौरीला उत्तर देण्याच्या भरीला ती पडली नाही.

थोडा वेळ दोघी स्तब्ध होत्या. मग कोपऱ्यावर वळता वळता ती म्हणाली,

'बरं झालं, बाई, घर आलं! आता अशी ताणून देणार आहे मी!'

अंथरुणावर पडल्याबरोबर आपल्याला गाढ झोप लागेल, अशी ललितेची कल्पना होती. पण जवळ झोपलेली गौरी घोरू लागली, तरी तिच्या डोळ्यांवर झापड येईना. अपरात्री अडगळीच्या खोलीतल्या उंदरांनी बाहेर पडून एकसारखे खुडबुड करीत राहावे, तशी तिच्या मनाची स्थिती झाली होती. मधेच तिला आपल्या पेपरांची आठवण होई. मग उगीचच तिचे मन चुकचुकू लागे, लगेच दुसऱ्या अनेक गोष्टी वावटळीत भिरभिरणाऱ्या पानांप्रमाणे तिथे गिरगिरू लागत. तात्यांचा रक्तदाब-मावशी या वेळी का बरं घरी आली असावी-दिवाकर पोलिसांच्या हाती सापडला, तर काय होईल- घरी गेल्यावर हायस्कूलमधल्या आपल्या मराठीच्या बाई, बक्षीस मिळणार ना, असा प्रश्न विचारतील, तेव्हा त्यांना काय उत्तर द्यावे - आपली क्रीमची

बाटली संपली आहे, ती उद्या घ्यायला हवी— गौरीचे हे नटण्यामुरडण्याचे वेड कधी जाणार? - आल्याबरोबर अंथरूण घालायचे सोडून आरशासमोर उभी राहिली ती - आणि केस सारखे करता करता 'कुठं, बाई, पिन पडली. देव जाणे' असे दहादा घोकले असेल तिने - ती घुबडाची पिन असेल मोठी छान! नवीनपणामुळे ती नजरेत भरत असेल! पण तिच्यासाठी एवढं काही हळहळत बसायला नको होतं तिनं - ती अशी स्वच्छंदीपणानं वागते, म्हणूनच माई -

माईच उठल्या होत्या दोघींना दार उघडायला! दार उघडून एक शब्दही न बोलता त्या आपल्या खोलीत निघून गेल्या. गौरीवर त्या मनस्वी रागावल्या होत्या, हे उघडच होते. पण रागापेक्षा त्यांच्या मुद्रेवर जी खिन्नपणाची- निर्जीवपणाची- विषण्णपणाची छाया होती, तिने ललिता बेचैन झाली होती. आता माईंची ती मुद्रा पुन्हा तिच्या डोळ्यांपुढे उभी राहिली. ती विचार करू लागली. संसार सुखासाठी करायचा. पण या घरात खरोखर कुणी सुखी आहे का? गौरी, माई, नाना यांच्यापैकी कुणीही दुष्ट नाही, कुणीही वाईट नाही. असे असून - नानांनी हे दुसरे लग्न केले नसते, तर? चांगली पहिल्या बायकोची ही सुरेख लाघवी मुलगी होती. पोपटासारखी बोलणारी, हरिणासारखी बागडणारी. तिला डोळ्यांतली बाहुली मानून नाना राहिले असते, तर? पण त्यांची पहिली बायको बत्तिसाव्या, की तेत्तिसाव्या वर्षी वारली. त्यांनी दुसरे लग्न केले, यात त्यांची तरी अशी काय मोठी चूक आहे? माई एका भिक्षुकाची मुलगी. तिला बिजवराला देण्यांत तिच्या बापाने मोठा अन्याय केला, असे म्हणता येईल का? गौरी घरात काम करीत नसेल. पण ती पैसे मिळवून आणते, प्रपंचाला हातभर लावते. हे लक्षात घेऊन माई तिच्याशी नीट का वागत नाही? पण माई - ती बिचारीही या महागाईत चार पोरांची उस्तवारी करता-करता कंटाळली असेल! नानांनी तिसऱ्या महायुद्धाच्या गप्पा न मारता दोन पोरे संभाळायला तिला मदत का करू नये? पण ते आता पन्नाशीत आलेले. कचेरीतल्या कामाने कंटाळून जात असतील बिचारे. वर्तमानपत्रांचे वाचन ही त्यांची अफूची गोळी असेल! छे! किती विचित्र जग आहे हे! माणसांच्या दुष्टपणामुळे दुःख निर्माण झाले, तर ते एक वेळ कळू शकेल. पण कुणीही वाईट नसताना या घराला जी अवकळा आली आहे--

वाट चूकून एखादे लहान मूल घरापासून दूर दूर जावे, तसे आपले मन भ्रमत चाललंय् हे ललितेच्या लक्षात आले. आता कसलाही, कुठलाही विचार करायचा नाही, असे तिने ठरविले. झोप येईनाशी झाली, म्हणजे एका मधुर स्मृतीचा ती नेहमी आश्रय करीत असे. सात-आठ वर्षांची असताना गोवर आला होता तिला! अंगात ताप नुसता फणफणत होता. तात्या रात्रभर तिला मांडीवर घेऊन बसत. ते सारखे तिचे मस्तक थोपटायचे आणि वात्सल्याने ओथंबलेल्या स्वराने हळूच विचारायचे, 'काय, लालजी, बरं वाटतंय् ना?' 'पाणी हवं का लल्या?' डोळे मिटून ललितेने त्या

आठवणींत आपल्या मनाला गुरफटून टाकले. 'लल्या, लालजी' या गोड शब्दांखेरीज तिला दुसरे काही ऐकू येईनासे झाले. तात्यांचा तो वात्सल्यपूर्ण स्पर्श तेवढा तिला जाणवत होता. त्या स्पर्शात जाईजुईची फुले होती, वीणेचे बोल होते, अमृताचे तुषार होते. ऊन रणरणत असताना एखाद्या डोहात मनसोक्त पोहत आणि डुंबत राहणाऱ्या माणसाप्रमाणे तिची सारी संवेदना शांत शीतलतेने भरून गेली.

क्षितिजावरल्या प्रशांत सरोवरात कमळे हळूहळू पेंगळू लागली. रंगीबेरंगी माळांनी अलंकृत केलेल्या पाळण्यात संध्या प्रकाशाला झोके देत होती, अंगाई गीत गात होती. त्या बाळाच्या काळ्याभोर पापण्या त्यांनाच रात्र म्हणतात, वाटते?

काही क्षण तात्यांच्या मस्तक थोपटणाऱ्या हाताची ललितेला जाणीव होत होती. विमान अजून पृथ्वीवर घिरट्या घालीत होते. टिक-टिक-टिक -घर्र-घर्र-घर्र-

ते उंच उंच गेले. मेघमंडळात अदृश्य झाले.

किती वाजले होते, कुणाला ठाऊक! कुणाच्या तरी बोलण्याने आपल्याला जाग आली, असे ललितेला वाटले. तिने डोळे उघडून पाहिले. खोलीत चांगला अंधार होता. एखाद्या घनदाट अरण्यांत दुरून वाहणाऱ्या निर्झराची मंद झुळझुळ ऐकू यावी, तशी घड्याळाची अस्पष्ट टिकटिक वाटली. हे घड्याळ कलिकेचे - आपण गौरीच्या घरी आहो, हे तिला एकदम आठवले. सारे शांत होते. कसलाही आवाज ऐकू येत नव्हता. आपण जो आवाज ऐकला, तो स्वप्नातला तर नव्हता ना, अशी शंका तिला जमेना! तिने डोळे मिटून घेतले. तिला गुंगी येऊ लागली. एकदम तिच्या कानांवर शब्द पडले 'अं हं... नको...नको... असं काय बरं?' गौरीच झोपेत बोलत होती. ललितेने डोळे उघडले. ती काय बोलते हे, ऐकण्याकरिता तिने कान टवकारले. पण पुढे एक अक्षरही न बोलता गौरी दुसऱ्या कुशीवर वळली. मघाशी झोपेत आपण हेच शब्द ऐकले, की काय, हे ललितेला कळेना! काय बरे या शब्दांचा अर्थ असावा? गौरी कुणाशी बोलत होती? काय नको म्हणत होती? तिच्या स्वरात लाडकेपणा होता. लहान मुलांना दिवसा पाहिलेल्या गोष्टी स्वप्नात दिसतात नि मग ती झोपेत असेच काहीतरी तुटक तुटक बडबडतात. सुट्टीत घरी गेल्यावर मंगला आपल्याजवळ झोपते ना? तेव्हा ती झोपेत काही तरी बोलत राहते! आपल्याला ते अर्थशून्य वाटते. पण ते किती अर्थपूर्ण असते.

गौरीच्या त्या शब्दांचा विचार करीत ती अंथरुणावर पडून राहिली. तिची झोप उडाली. अंथरुणात असे तळमळत पडण्यापेक्षा मादाम क्यूरीचे ते चरित्र वाचीत बसणे बरे, असे तिच्या मनात आले. ती उठली. तिने दिवा लावला. प्रकाशाची जाणीव झाल्यामुळेच, की काय, गौरी कुशीवर वळली. तिच्या चेहऱ्याकडे ललितेचे लक्ष गेले. ती झोपेत हसत होती. एखाद्या नाजूक सुंदर चौकटीने चित्राची शोभा वाढावी,

तसा त्या स्मिताने तिचा मूळचा सुंदर चेहरा अधिकच मोहक दिसत होता. कुठले तरी गोड स्वप्न तिला गुदगुल्या करीत असावे! त्या स्वप्नाचा आणि मघाच्या तिच्या तुटक शब्दांचा काही संबंध असेल का?

मनाचा निग्रह करून ललितेने पुस्तक उघडले. मधुनमधून ती ते चाळू लागली. तरुण क्यूरीचे आपल्या देशावरले प्रेम आणि तिची ज्ञानसंपादनाची तळमळ यांचे चित्र तिच्या डोळ्यांपुढे लखलखू लागले. त्याच्या दर्शनाने ललितेचे मन फुलून गेले. तिने एकदम पुढची काही पाने चाळली. मादाम क्यूरीच्या पतीचा अपघाताने झालेला मृत्यू - तो प्रसंग वाचता वाचता ललितेचे डोळे पाणावले. सीतेपासून मादाम क्यूरीपर्यंत साऱ्या श्रेष्ठ स्त्रियांच्या वाट्याला असे दुःख का यावे, हे तिला कळेना! तिला पुढे वाचवेना. तिने पुस्तक मिटले. स्त्रीचा जन्म दुःखाकरिताच आहे, ही कल्पना पुन्हा तिच्या मनात बळावली. आपले आयुष्य असेच दुःखी होणार, की काय, या प्रश्नाने ती अधिकच बेचैन झाली. तात्यांसारख्या पित्याचे छत्र जिला लाभले आहे, तिला स्पर्श करायची छाती दुःखाला कधी होणार नाही, अशी ती स्वतःची समजूत घालू लागली. लगेच क्षुद्र सुखापेक्षा उदात्त दुःख श्रेष्ठ असते, हे दिवाकराचे शब्द तिला आठवले. रामराज्य म्हणजे उदात्त दुःखांचे राज्य असा गांधीचा अर्थ असेल काय, हा आतापर्यंत कधीही मनात न आलेला विचार तिला या वेळी सुचला.

अस्वस्थ मनाने ललिता खोलीत फेऱ्या घालू लागली. एकदम ती थबकली. गौरी पुन्हा झोपेत पुटपुटत होती, 'अं हं... नको... नको... असं काय बरं?'

❐

कमलाकर

आता काही झाले, तरी मागे वळून पाहायचे नाही असा निश्चय करून ललिता चालू लागली. ती सुमारे शंभर पावले गेली असेल नसेल, एखाद्या अवखळ मुलाप्रमाणे आपले मन एकसारखी धडपड करीत आहे, याची जाणीव तिला झाली. तिची गती मंदावली. निग्रहाने ती आणखी थोडी पुढे गेली. मग मात्र तिला राहवेना. ती थांबली. उन्हाची तिरीप चुकविण्याकरिता डोळ्यांवर हात धरून तिने गौरीच्या घराकडे पाहिले. गौरी अजून दारातच उभी होती. तिचा चेहरा स्पष्ट दिसत नव्हता. पण एखाद्या पुतळीप्रमाणे ती तिथे निश्चल उभी होती. तिची ती मूक मोहक आकृती पाहून क्षणभर ललितेच्या मनात आले, अस्से धावत परत जावे, गौरीला कडकडून मिठी मारावी, नजरेला नजर भिडवून तिच्या डोळ्यांतल्या पाण्यात खोल खोल बुडावं. तिथून कधी वर येऊच नये. लगेच आपल्या या वेड्या इच्छेचे तिला हसू आले. तिला वाटले, माणसाचे मन किती विचित्र आहे! एकाच वेळी ते अगदी भिन्न अशा दोन जगांत वावरत असते. पहिले असते गोड स्वप्नांचे आणि स्वैर इच्छांचे. दुसरे असते कठोर व्यवहाराचे आणि असंख्य बंधनांचे! स्वप्ने असतात जाईजुईच्या फुलांसारखी. पण व्यवहार? तो वेडावाकडा काळाकुट्ट पाषाण --

आता चार घास खाऊन गौरीला लगबगीनं कचेरीला जायलाच हवं. आपल्यालासुद्धा घाईघाईने बांधाबांध करायला हवी. एव्हाना तो कोण कमलाकर आहे, तो आपल्या खोलीवर गेला असला, तर? त्याची आपली चुकामूक झाली, म्हणजे -

गौरीकडे पाहून तिने हात उंच केला, हातांतला हातरुमाल जोरजोराने हलविला. गौरीला तो दिसला नसावा. कदाचित कसल्या तरी तंद्रीत ती तिथे उभी असावी. ललितेला तिचे ते झोपेतले अर्थशून्य शब्द आठवलेत,

'अं हं! नको नको, असं काय बरं?

ती हसली, वळली आणि झपझप चालू लागली. आता तिच्या मनात येऊ लागले, कमलाकर वसतिगृहात आपली चौकशी करून गेला, तर? त्याला विनाकारण पुन्हा हेलपाटा पडेल. आपण कलिकेपाशी चिट्ठी, नाही तर निरोप ठेवायला हवा होता. त्याला काय वाटेल? या शिकलेल्या मुलींना काही रीतभात नाही, असं - तो दुपारी पुन्हा येईल. पण तेव्हा तर आपल्याला गावात यायचं आहे. आपण दारांत दिसलो की प्रमिला, विमला आणि मंगला आपल्याभोवती गराडा घालतील, 'ताई, मला काय आणलंस, मला काय आणलंस' म्हणून विचारून भंडावून सोडतील. प्रत्येकाची आवडती अशी काहीतरी वस्तू अगदी अगत्यानं न्यायला हवी. प्रमिलेसाठी एखादे नव्या गोड गाण्याचे रेकॉर्ड, विमलेसाठी एखादे डोलदार एव्हरसिल्व्हरचे भांडे आणि मंगलेसाठी - तिला तर गाडाभर पिना आणि रिबिनी दिल्याच पाहिजेत. नाहीतर स्वारी बसेल फुरगंटून नि मग तिची समजूत काढण्याकरिता तात्यांना भर उन्हांत बाजारात जावे लागेल. आपल्यालाही क्रीम घ्यायचंय्. हे सारे सामान घेऊन मगच कॉलेजवर परत जावे. म्हणजे कमलाकराची नि आपली दुपारी नक्की गाठ पडेल.

ती लक्ष्मी रोडकडे वळली. चालता-चालता सकाळच्या आठवणी तिच्या मनात जाग्या होऊ लागल्या. रात्री गाढ अशी झोप तिला केव्हाच लागली नाही. असे असून उजाडू लागताच तिला जाग आली. एखादी कळी उमलू लागावी, तसे खिडकीतून दिसणारे आकाश भासत होते. जणू काही तिची झोपमोड होऊ नये, म्हणून हलक्या पावलांनी प्रकाश खोलीत शिरत होता. गौरी मात्र अगदी गाढ झोपी गेली होती. तिला उठवावयाचे ललितेच्या जिवावर आले. ती तशीच आपल्या अंथरुणावर पडून राहिली. एकदोन मिनिटांनी पलीकडच्या खोलीतून नानांचा आवाज तिच्या कानांवर पडला. 'हे बघ, तू पडून रहा जरा. इतकं डोकं दुखतंय् तरी -- अग, मी चूल पेटवितो. गौरी करील चहा!' माईंचे उत्तर काही ललितेला ऐकू आलं नाही. क्षणभराने नानांचा स्वर पुन्हां तिला ऐकू आला, 'तुला बांधूनच ठेवायला हवी... ' त्यानंतर सारे स्तब्ध झाले. मात्र मधेच माई खुदकन हसल्याचा ललितेला भास झाला. थोड्या वेळाने नानांचे तीन अस्पष्ट शब्द तिला ऐकू आले. त्यांचा आवाज किंचित् घोगरा वाटत होता. कारकुनाची.. हाल... रागावू नकोस...

चहा घेताना ललितेने माईंकडे पाहिले. एक फडके त्यांनी डोक्याभोवती करकचून बांधले होते. त्यांचे डोके खूपच दुखत असावे. पण त्यांच्या वागण्यात आणि बोलण्या- चालण्यांत रात्रीचा त्रासिकपणा मुळीच नव्हता. मधेच धाकटा मुलगा रडत रडत उठला. त्यांनी त्याला जवळ घेतले. त्याची समजूत घालीत चहा केला. चहाबरोबर पोहेसुद्धा केले होते त्यांनी!

ललिता निरोप घेऊन निघाली, तेव्हा आपली आठवण म्हणून त्यांनी कापड

दिले तिला! गोंदल्यासारखे मोठे नाजूक हिरवे ठिपके होते त्या कापडावर! ते देता देता माई म्हणाल्या,

'हे शिवून अंगात घालायला हवं हं नि हे बघ ललिता, होता होईल तो आपल्या लग्नाचं पुण्यातच जुळीव तू. म्हणजे मला तुझ्यावर अक्षता टाकायला तरी येता येईल !'

हे सारं आठवून ललितेला मोठा विस्मय वाटला. गौरीकडे कुठून राहायला आलो, असे काल रात्री तिला होऊन गेले होते. पण आज सकाळी जणू काही रात्रीची भुते दिवसाचा प्रकाश दिसताच कुठल्या कुठे पळून गेली! नाना आणि माई गरिबाच्या संसारातसुद्धा सुखी आहेत, असे तिला वाटू लागले. त्या घरात प्रकाश आणि अंधार हातांत हात घालून नृत्य करीत असलेली तिला दिसली. तिची पावले 'आझाद स्टोअर्स' च्या रस्त्याने जात होती. पण तिच्या डोळ्यांपुढे एकसारखे ते नृत्य तरंगत होते.

आझाद स्टोअर्सपुढे येताच ललिता विचारात पडली. दुकानाच्या दारात चार-पाच मोटारी उभ्या होत्या. आतही खूप गर्दी असावी. इथे आपली खरेदी लवकर होणार नाही, या कल्पनेने ती पुढे चालू लागणार होती. इतक्यात दुकानाच्या मालकाचे लक्ष तिच्याकडे गेले. त्याने आपल्याला ओळखले, हे तिच्या लक्षात आले. आपण दुसरेच काही तरी पाहण्याकरिता दारात उभ्या राहिलो आहो, असे नाटक करणे आता तिला प्राप्तच होते. पाठमोरी राहून ती पाहू लागली. उजव्या बाजूच्या प्रशस्त तिमजली इमारतीवर 'राजगृह' ही लाल अर्धवर्तुळाकार अक्षरे उन्हात चमकत होती. जणू काही एखाद्या सुंदर तरुणीने लावलेली कुंकवाची चंद्रकोरच! जलतरंगाच्या मंजुळपणाशी स्पर्धा करणारे नऊ ठोके त्या अक्षराजवळच्या घड्याळात पडले. 'अगबाई' असे म्हणून ललितेने पाठ फिरविली. दुकानाच्या पायऱ्या चढून लगबगीने ती आत आली. दुकानदाराने हसतमुखाने केलेला नमस्कार परत करीत ती म्हणाली,

'मोठी सुंदर इमारत आहे नाही?'

तो हसत उत्तरला,

'या हॉटेलाला वाईट म्हणायची आमची काय छाती आहे? बडीबडी माणसं इथं उतरतात. त्यांची सारी खरेदी आमच्याकडेच होते. तेव्हा ज्याची खावी पोळी--'

ललिता त्याला काहीतरी गमतीदार उत्तर देण्याच्या विचारात होती. इतक्यात तिचे लक्ष समोरचे झुलते दार उघडून बाहेर येणाऱ्या एका स्त्री-पुरुषांच्या जोडीकडे गेले. ती चपापली. ते गृहस्थ तर मावशीचे यजमान होते. पण -- पण त्यांच्याबरोबर असलेली ती बाई -- काय नटली होती ती! तिचे ओठ राघूच्या चोचीसारखे -- छे! कलिंगडातल्या गरासारखे दिसत होते. तिचे ते कुरळे केस, कानांतले लांबट डूल, ती मुरडत चालण्याची पद्धत - दोघांच्या हातांत खरेदी केलेल्या सामानांची कितीतरी पुडकी होती. हे पाहता-पाहता ललितेला तात्यांच्या

पत्राची आठवण झाली. मावशी आपल्या घरी गेली आहे आणि इकडे तिचे यजमान कुणीतरी नटव्या बाईला बरोबर घेऊन खरेदी करीत फिरत आहेत, याचा तिला अर्थच कळेना! चटकन् पुढे होऊन त्यांना आपली ओळख द्यावी, असे तिच्या मनात आले. त्याच क्षणी त्यांचे लक्ष तिच्याकडे गेले. 'हॅलो ललिता' म्हणून मन:पूर्वक स्मित करून ते पुढे येतील आणि हस्तांदोलनाकरिता हात पुढे करतील, असे तिला वाटले. पाच वर्षांपूर्वी मावशीचे लग्न झाले, तेव्हा नाशिकला महिनाभर त्यांच्या घरी राहिली होती ती! त्या वेळी त्यांची उठल्यासुटल्या इंग्रजी बोलायची आणि इंग्रजी शिष्टाचार पाळायची लकब तिला पुरी ठाऊक झाली होती. मावशी आपल्या घरी का गेली आहे, हे कळेल या कल्पनेने त्यांच्याशी बोलायला ती अधिकच उत्सुक झाली, पण त्यांची आणि तिची नजरानजर झाली मात्र -- एखादे जनावर कशाला तरी बुजावे आणि तोंड फिरवून त्याने दुसरी वाट धरावी, तसे ते एकदम वळले; दुकानाच्या दुसऱ्या टोकाच्या काऊंटरपाशी जाऊन ते उभे राहिले. त्यांच्या मागोमाग ती बाईही लचकत मुरडत गेली. तिचा चेहरा क्षणभर ललितेच्या दृष्टीला स्पष्टपणे पडला. नट्ट्यापट्ट्यावरून ती कुणीतरी नटी असावी, असे तिला प्रथम वाटले होते. पण ही बाई आपण कधी पडद्यावर पाहिली नाही, अशी आता तिची खात्री झाली. मावशीच्या यजमानांच्या आताच्या वर्तनाने ती अधिकच गोंधळली. त्यांनी मुद्दाम आपले तोंड चुकविले, असा संशय तिला आला. या वेळी पुढे होऊन आपण त्यांना ओळख दिली, तर कसे होईल, याचा ती विचार करू लागली. इतक्यात तिच्यापुढे उभ्या असलेल्या दुकानदाराने प्रश्न केला,

'काय देऊ आपल्याला?'

'एखादी नवीन चांगली रेकॉर्ड हवीय् मला!'

'एखादी!'

'हो!'

'मग मोठं कठीण काम आहे.'

'म्हणजे?'

'अहो, सध्या इतकी चांगली गाणी आली आहेत आमच्याकडं -- नूरजहान आहे, सुरय्या आहे. ढंगदार लावण्या आहेत. सारं ऐका नि मग आपणहून तुम्ही पाच गाणी खरेदी करता, की नाही, ते पाहा.'

आतल्या बाजूच्या कोपऱ्यातल्या खुर्चीत बसून ललिता नवी गाणी ऐकू लागली. शैलजाबरोबर अनेकदा ती या दुकानात आली होती. पण दुकानदाराच्या शब्दांत सहसा न आढळणारा खरेपणा आज तिथे तिच्या अनुभवाला आला. एक-दोन नवीन लोकप्रिय गाणी ऐकून त्यांतले कुठलेतरी निवडावे आणि पटकन उठावे,

अशा विचाराने ती प्रथम ऐकायला बसली. पण अनेक नाचऱ्या, नाजूक लयदार स्वरांनी जणू काही आपल्या तलम रेशमी जाळ्यात हांहां म्हणता तिला बद्ध करून टाकले. तिच्या मनाची सारी तरलता जागृत झाली. त्याचा स्वैर चंचलपणा गुणगुणू लागला. हृदयात कुठे तरी लपून बसलेली अगणित अस्फुट स्वप्ने हळूच वर डोकावून पाहू लागली. तिला एक विचित्र भास होऊ लागला - सारे जग ही एक मोठी फुलबाग आहे. त्या बागेत चिमण्या फुलपाखराचे थवेच्या थवे फुलाफुलांवरून झेप घालीत आहेत. त्यांच्या इवल्या इवल्या पंखांचे ते रंग किती नाजूक, किती मोहक, किती विविध - केशरी, चंदेरी, अंजिरी, सोनेरी. सृष्टीतल्या साऱ्या सुंदर रंगांचे संमेलन भरले होते तिथे!

डोळ्यांवर झोप दाटत असताना एखाद्याने धडपडून जागे राहण्याचा प्रयत्न करावा. तशी संगीताच्या त्या विचित्र मोहिनीतून मुक्त होण्याचा तिने प्रयत्न केला. पण काही केल्या तो यशस्वी होईना, अभ्यासाच्या नादात कितीतरी महिने तिने आपल्या हृदयाच्या साऱ्या नाजूक भुका मारून टाकल्या होत्या. कथा-कादंबऱ्या वाचायच्या नाहीत सृष्टिसौंदर्य पाहून मनाला पर्युत्सुक होऊ द्यायचे नाही, अंथरुणावर पडल्यावर सुद्धा कल्पनेला स्वैर सोडायचे नाही, तिला परीक्षेभोवतीच घिरट्या घालायला लावायचे, असा गेले चार महिने तिचा अखंड क्रम चालला होता. इतके दिवस पिंजऱ्यात बंदिवान होऊन पडलेले मनाचे ते पाखरू आता मुक्त झाले होते. तिने त्याला खूप खूप चुचकारून पाहिले. त्याच्याशी लाडीगोडी लावली. पण काही केल्या ते पुन्हा पिंजऱ्यात येऊन बसेना.

मधुर संगीताचे ते सुंदर सूर आपल्याला कुठे तरी दूर दूर घेऊन जात आहेत, असा ललितेला भास झाला. कुठे बरे आली होती ती? ती स्वप्नसृष्टी होती? छे! ती कुठली तरी यक्षभूमी असावी! तिथे कुणी कण्हत नव्हते, स्फुंदत नव्हते. सारी माणसे गात होती, नाचत होती. तिथे म्हातारे चेहरे नव्हते, दुःख, दैन्य, दारिद्र्य यांच्या पावलांचा पुसट ठसासुद्धा कुठे दिसत नव्हता. जिकडे तिकडे यौवनाचे, आनंदाचे राज्य पसरले होते.

एकदम मीराबाईच्या भजनाची एक रेकॉर्ड लावली गेली. गायिकेचा कंठ विशेष गोड होता, असे नाही. पण त्या भजनाच्या शांत गंभीर सुरांत आतापर्यंतच्या गाण्यापेक्षा काही तरी निराळे आहे, अशी ललितेला एकदम जाणीव झाली.

आतापर्यंत ऐकलेल्या निरनिराळ्या ढंगदार गाण्यांत उन्माद होता; या गीतात आर्तता होती. या गाण्याने जणू काही ती सावध झाली. रेकॉर्ड संपताच ती म्हणाली,

'पुरे आता!'

नोकराने आदबीने विचारले,

'कुठल्या कुठल्या रेकॉर्डस् बांधू?'

'मला फक्त एकच हवीय् - हे मीराबाईचं भजन!'

नोकराने क्षणभर आश्चर्याने तिच्याकडे पाहिले. आपण वाजवून दाखविलेली चित्रपटातली गाणी ऐकल्यानंतर त्यांतली एखादी तरी रेकॉर्ड ज्याने खरेदी केली नाही, असे गिऱ्हाईक त्याला उभ्या महिन्यात भेटले नव्हते. या तरुण कॉलेजकन्यकेच्या अरसिकपणाची कीव आली त्याला!

रेकॉर्ड घेऊन ललिता बाहेर आली. विमलसाठी दुकानाच्या दुसऱ्या भागातून तिने चटकन एव्हरसिल्व्हरची डौलदार छोटी पातेली पसंत केली. तात्यांना वेळी अवेळी चहा करून द्यावा लागतो. तो करायला ही छोटीशी पातेली छान होईल, असे तिच्या मनात आले. कागदात गुंडाळलेली ती पातेली घेता-घेता दुकानातल्या घड्याळाकडे तिने पाहिले. पावणे दहा व्हायला आले होते. मंगलाबाईच्यासाठी खरेदी व्हायचीच होती अजून! मनातल्या मनात आपल्या छांदिष्टपणाला दोष देत ती दुकानाच्या तिसऱ्या भागांत गेली. तिने भराभर निरनिराळ्या रंगाच्या रिबिनी घेतल्या. मग लगबगीने ती पिना पाहू लागली. नोकराने अनेक नवे नमुने तिच्यापुढे टाकले. शेवटचा नमुना हातात धरून तो पुढे करीत तो म्हणाला,

'हल्लीची लोकप्रिय पिन आहे ही, ताईसाहेब! चित्रपटात जसा रतन --'

त्याने पुढे केलेले पान ललितेने हातात घेतले. त्याच्या म्हणण्यातले सत्य तिला लगेच पटले. काल गौरीने लावलेल्या पिना असल्याच होत्या. ते पान खाली ठेवीत ती म्हणाली,

'दिसायला मोठ्या छान आहेत या. पण यांच्यावरलं हे घुबड- घुबड मोठं अशुभ मानतात आपल्याकडं - '

एखाद्या संशोधकासारखा गंभीर चेहरा करून तो नोकर म्हणाला,

'हे घुबड नाही बाई, या पक्ष्याला रॅव्हेन म्हणतात.'

त्याचे ते पांडित्य ऐकून ललिता हसत त्याला काहीतरी विचारणार होती. इतक्यात तिचे लक्ष पलीकडे जोरजोराने बोलत उभ्या असलेल्या दोघां तरुणांकडे गेले. एकाचे शब्द तिला ऐकू आले,

'कितीहि शिकल्या, तरी भागुबाई, त्या भागुबाईच!' दुसरा उद्गारला,

'अरे, आमचे संस्कृत कवी काय गाढव होते? त्यांनी सांगूनच ठेवलंय्, 'विनाश्रय न तिष्ठन्ते पंडिता वनिता लता.'

कुठल्या सुशिक्षित मुलीने कसला भित्रेपणा दाखविला होता, कुणाला ठाऊक! तिचे निमित्त करून शिकलेली मुलगी म्हणजे एक नाजूक बाहुली, पोपटपंची करणारी एक सुंदर पुतळी : अशा अर्थाची त्यांची टीका दोन-तीन मिनिटे चालू होती. समोरच्या पिनांकडे न पाहता ललिता लक्ष देऊन ती ऐकत राहिली. तिला एकदा वाटले, अस्सं पुढं व्हावं आणि त्या दोन चटोर गप्पीदासांना म्हणावे,

'आता तुमच्या तोंडाला कुलूप घालता, की --'

लगेच आपल्या या क्षणिक आवेशाचे तिचे तिलाच हसू आले. तिला वाटले, मामा वरेरकरांच्या नायिकेला असला अभिनय खास शोभेल. ती पुढे होऊन असा नुसता प्रश्न विचारणार नाही, त्या तरुणांना थोडासा प्रसादही देईल ती! पण आपल्याला मात्र काही केल्या ते जमणार नाही!

ती बडबड ऐकता तिचे मन चिडून अस्वस्थ झाले. तिचा अभिमान दुखावला गेला. गेल्या दोन वर्षांतले कॉलेजातले अनेक लहानसहान प्रसंग तिच्या डोळ्यांपुढे उभे राहिले. प्रौढ मुलांमुलींमध्ये पूर्वीइतका परकेपणा आता राहिला नसला, तरी तरुणीकडे पाहण्याच्या तरुणाच्या दृष्टीत अवमानाची आणि अधिक्षेपाची छटा दृग्गोचर होते, याचा तिला अनेकदा अनुभव आला होता. मनात रुतून बसलेली ती शल्ये या धक्क्यासरशी सलू लागली.

आता निरनिराळ्या पिना पाहत बसण्याचा कंटाळा आला तिला! तिने त्या घुबडांच्या पिनांचे एक मोठे पान उचलले. सहा पिना होत्या त्यात! लहान मुलांना काय कुठलेही पाखरू आवडते. तेव्हा मंगलला या पिना खास आवडतील, असे मनाशी म्हणत तिने ते पान हातात घेतले आणि पैसे चुकते करून ती लगबगीने दुकानातून बाहेर पडली.

राजगृहाच्या घड्याळांत गोड ठोके पडत होते. तिने मान वर करून पाहिले. दहा वाजत होते! 'राजगृह' ही अक्षरे दिसताच कमलाकराची तिला आठवण झाली. तो या हॉटेलातच उतरला आहे. आपल्याला भेटण्याकरिता तो वसतिगृहावर जाऊन परत आला असेल! मघाच्या त्या तरुणाप्रमाणे तोही सुशिक्षित मुलींचा उद्धार करीत नसेल कशावरून? छे! आपलीच चूक झाली मोठी! सकाळी गौरीच्या घरून लवकर परतायला हवे होते आपण! हा कोण कमलाकर आहे, तो - छे! ज्याची नि आपली तोंडओळखसुद्धा नाही, अशा गृहस्थाला अरे तुरे म्हणणे - उद्या तात्यांना भेटल्यावर तो म्हणेल, 'शिकलेल्या मुलींची घड्याळं नुसती शोभेपुरती असतात.' असली थट्टा काय आपण, मुकाट्याने ऐकून घ्यायचा? अं हं! ही चूक सहज दुरुस्त करता येईल. राजगृहात जाऊन आपण त्या कमलाकराची क्षमा मागितली, म्हणजे झाले. शिकलेल्या मुली भित्र्या असतात असे म्हणणाऱ्या लोकांना छान उत्तर होईल हे! पुरुष ज्या मोकळेपणाने समाजात वावरतो, मित्राशी बोलतो-चालतो तसेच, स्त्रीनेही वागले पाहिजे. तरच --

ललिता मोठ्या हर्षाने राजगृहाकडे वळली. कमलाकराला आपणहून भेटायला जाण्याचा विचार तिला मनस्वी आवडला होता. एखादी नवी कल्पना सुचली, म्हणजे कविमन तिच्याभोवती जसे पिंगा घालू लागते, तशी तिच्या मनाची स्थिति झाली होती!

राजगृहाच्या तिसऱ्या मजल्याशी येईपर्यंत तिच्या मनाची ही प्रफुल्लता कायम राहिली. दुसऱ्या मजल्याच्या शेवटच्या पायरीवर मात्र ती एकदम थबकली. कमलाकर कुठल्या खोलीत उतरला आहे, याची तिने खाली चौकशी केली, तेव्हा ती माहिती देणाऱ्या कारकुनाने शेजारी बसलेल्या दुसऱ्या माणसाकडे पाहून डोळे मिचकावले होते. त्याची तिला एकदम आठवण झाली. त्या वेळी त्या कारकुनाचा तिला राग आला नव्हता, उलट कीव वाटली होती. पण आता मात्र तिच्या मनात आले, आपण भेटायला आलो, हे या कमलाकराला आवडेल, की नाही, कुणी सांगावे? या गृहस्थाला आपण पूर्वी कधी पाहिलेले नाही. त्याची मते, त्याचा स्वभाव, काही काही आपल्याला माहीत नाही. केवळ काकासाहेबांची लहर आणि तात्यांची इच्छा, म्हणून- आपण त्याच्याबरोबर आज रात्री प्रवास करणार आहो. आपण भेटायला गेलो व त्याला आपला धीटपणा फाजील वाटला, तर? सुटाबुटांत वावरणारे पुरुष काही कमी सनातनी नसतात!

आल्या पावली परत फिरावे, असे तिला वाटले. लगेच तिची नजर आपल्या पातळाकडे गेली. काल संध्याकाळी आवडते डाळिंबी पातळ नेसायला तिला वेळ मिळाला नव्हता. आता त्या गोष्टीचे तिला वाईट वाटू लागले. तिने लगबगीने केसावरून हात फिरविला. गौरीच्या घरी चांगली वेणीफणी केली असती, तर बरे झाले असते, असा विचारही तिच्या मनात डोकावून गेला. अशा अवतारात आपण एका परक्या गृहस्थासमोर जाऊन उभे राहायचे? छे! तिच्या स्त्रीमनाला कमलाकराला भेटायचा मोठा संकोच वाटू लागला.

याच क्षणी दुकानातल्या त्या तरुणांच्या बडबडीची तिला आठवण झाली. दोन मजले चढून आल्यावर परतणे म्हणजे शुद्ध भित्रेपणा आहे, असे तिला वाटले. आपण कशा दिसतो, याची उठल्या सुटल्या स्त्रीने काळजी करणे हा तिच्या मनाचा न्यूनगंड आहे, असा विचार एखाद्या तीक्ष्ण शस्त्राप्रमाणे तिचा अभिमान छिन्नभिन्न करीत गेला. तिच्या मनात आले, आपल्या तात्यांचे पोशाखाकडे कुठे लक्ष आहे? पण त्यांची बुद्धी आणि कर्तृत्व यांना त्यामुळे कधीच कमीपणा आला नाही. मग त्यांच्या मुलीनं तरी - गेली वीस वर्षं काकासाहेबांचा त्यांच्यावर केवढा लोभ आहे! एवढा लक्षाधीश व्यापारी त्यांनी आपलासा केला, तो बुद्धीच्या बळावरच ना? मग त्यांच्या मुलीने - बी.ए.ला बसलेल्या, बापाच्या पावलावर पाऊल टाकून जाऊ इच्छिणाऱ्या मुलीने, एखाद्या नटीसारखा आपल्या रूपाचा विचार करावा - तिचा सारा अभिमान आता जागृत झाला.

ललिता झटकन् डाव्या बाजूला वळली आणि चार नंबरच्या खोलीसमोर जाऊन उभी राहिली. तिने दारावर हळूच टकटक केले.

'कोण आहे? थांबा हं!' आतून आवाज ऐकू आला. त्या आवाजात एक

प्रकारचा गोडवा होता. तो तिला जाणवला. मात्र त्यात झऱ्याच्या झुळझुळण्याचा मंजुळपणा अथवा लाडिकपणा नव्हता. तो स्पष्ट, खणखणीत, किंचित हुकमी असा होता. जणू काही तिच्या कानांवर शब्द पडले नव्हते. आत कुणीतरी रुपयांची चळत वाजविली होती.

या कल्पनेचे तिचे तिलाच हसू आले. इतक्यात दार उघडले. तिच्या समोर एका उंच, गोऱ्या, देखण्या तरुणाची आकृती उभी राहिली. चाळशीच्या भिंगावर समोरून येणारा तीव्र प्रकाश पडताच दृष्टी जशी दिपून जाते, तशी त्या तरुणाच्या रुबाबदार आकृतीने आणि रेखीव सौंदर्याने ललितेची स्थिति झाली. त्याच्याकडे निरखून पाहण्याऐवजी तिची नजर खाली वळली. सौंदर्य हा काही झाले, तरी स्त्रीच्या हक्काचा प्रांत. पण तो लीलेने पादाक्रांत करून या तरुणाने आपल्याला पराभूत केले आहे अशा भावनेने तिचे स्त्रीमन क्षणभर बावरले. इतक्यात तिच्या कानावर शब्द आले,

'या ना आत! अक्षत द्यायला आलेली माणसं उभ्या उभ्या दारातून परतात. भेटायला आलेली नाही!'

या थट्टेखोर शब्दांनी ललिता अधिकच बुचकाळ्यात पडली. फार दिवसांच्या ओळखीच्या माणसाने बोलावे, तसे बोलणे होते हे! त्याच्या मागून ती आत गेली. पलंगाजवळची आरामखुर्ची त्याने किंचित पुढे ओढली. तिच्यात ती बसली. आपला परिचय करून देण्याकरता ती त्याच्याकडे पाहात म्हणाली,

'मी..'

'तुम्ही ललिताबाई.'

ललिता आश्चर्याने त्याच्याकडे पाहू लागली.

तो हसत तिच्याकडे पाहत म्हणाला,

'माणसं ओळखणं हा तर माझ्या धंद्याचा मुख्य भाग आहे.'

ललितेने गोंधळून त्याच्याकडे पाहिले. 'तुमचा धंदा काय?' असा सरळ प्रश्न त्याला विचारावा, असे तिला वाटले. पण ते शिष्टाचाराला सोडून होईल, असे वाटून ती गप्प बसली.

टेबलावरल्या मोठ्या आरशात अर्धवट दाढी केलेला आपला चेहरा पाहत तो म्हणाला,

'मोठ्या माणसांना काय, सारं जग ओळखतं. पुढारी, खेळाडू, लेखक, नटनटी ही मंडळी जगन्मित्र असतात.'

साबणाचा गरगरीत फेस काढून तो उजव्या गालावर चोळण्याच्या कामात कमलाकर दंग झाला.

ललिता त्याला उद्देशून म्हणाली,

'माझी एकही कविता अजून छापून आलेली नाही, शाळा-कॉलेजांतल्या

नाटकात मी कधी काम केलेलं नाही. बायकांच्या मासिकात सुद्धा माझा फोटो कधी छापून आलेला नाही.'

तिच्याकडे न पाहता तो उत्तरला,

'पण माझ्यापाशी आहे तो!'

ललिता चपापली. आपला फोटो कमलाकरापाशी कुठून आला, हे तिला कळेना. त्या फोटोमुळेच त्याने आपल्याला चटकन् ओळखले असावे, हे उघड होते.

तो उद्गारला,

'काकासाहेबांनी तुम्हांला बरोबर घेऊन यायला मला लिहिलं ना? त्या पत्राबरोबरच तुमचा एक फोटो पाठवून दिला होता त्यांनी! गांधीवादी असले, तरी हाडाचे व्यापारी आहेत ते! चुकभूल देत घेत बसण्यापेक्षा ती होऊ नये, म्हणून त्यांनी ही काळजी घेतली असावी. नाहीतर ललिता म्हणून मी दुसरीच कुठली तरी सरिता अथवा वनिता बरोबर घेऊन गेलो असतो. आणि मग--'

तो मोठ्याने हसला.

ललितेने स्मित केले.

क्षणार्धात त्याचा हसरा चेहरा हुकमी वाटू लागला. तो रूक्ष स्वराने म्हणाला,

'माफ करा हं जरा! दाढीचं हे आन्हिक आधी आवरतो! मग -- काय नसती ब्याद लावून दिली आहे ही ब्रह्मदेवानं पुरुषांच्या मागं!'

'बायकांना नाही, वाटतं, वेणीफणी करावी लागत?' तिने मुद्दामच प्रश्न केला.

क्षणभरही विचार न करता तो हसत उत्तरला,

'बायकांची गोष्ट निराळी आहे. त्या घरात वेणीफणी करतात, म्हणून जग सुखात चाललं आहे. सार्वजनिक जागी जर का हे काम त्यांनी सुरू केलं, तर गावांतले उद्योगधंदे हां हां म्हणता थांबतील. सारे पुरुष त्यांची वेणीफणी पाहण्याकरिता त्यांच्या भोवताली गर्दी करतील! पण पुरुष इतका भाग्यवान कुठं आहे? एकांतात दाढी करायला बसला, तरी आरशांत आपला चेहरा पाहायची त्याची त्यालाच लाज वाटते!'

त्याने एकदम आपली खुर्ची किंचित् वळविल्यासारखी केली. आधी दाढी संपवायची आणि मग बोलत बसायचे, असा त्याने मनाशी बेत केला असावा.

ललिता खोली निरखून पाहू लागली. मोठी प्रशस्त आणि हवेशीर होती ती! कोपऱ्यात ठेवलेल्या सामानाकडे, वर टांगलेल्या त्याच्या निरनिराळ्या कपड्यांकडे तिचे लक्ष गेले. सारे कसे नीटनेटके दिसत होते!

हॉटेलमधे एका दिवसासाठी उतरलेल्या माणसाची खोली दिसत नव्हती ती! अनेक दिवसांच्या निवासामुळे येणारा रेखीवपणा तिच्यात सर्वत्र स्पष्ट दिसत होता. तिची दृष्टी दाराशेजारी ठेवलेल्या बुटांच्या नीटनेटक्या जोडाकडे वळली. मुंबईला

पाहिलेल्या पादत्राणांच्या एका सुंदर अद्ययावत दुकानाची तिला नकळत आठवण झाली.

— आणि याच क्षणी, का कोण जाणे, दिवाकराची मूर्ती तिच्या डोळ्यांपुढे उभी राहिली. रस्त्याच्या कडेला अवतीभोवती जुनी पुस्तके पसरून ती विकायला बसणाऱ्या माणसासारखा तो आपल्या खोलीत दिसत असे. त्याच्या भोवताली पाच-दहा पुस्तके सदैव उघडी पडलेली असायची. मासिकांच्या जुन्या अंकांची तर तिथे कुणी गणतीच करीत नसे. त्यांतल्या अनेक अंकांवर हातोडा आणि कोयता या जोडीचे चित्र हटकून असायचे. अनेकदा तो एखादा महत्त्वाचा कागद वाचत असलेल्या पुस्तकांत ठेवून देई. थोड्या वेळाने दुसरे पुस्तक वाचायची लहर आली, की पहिले तसेच बाजूला पडे. त्या कागदाची जरूरी, लागली म्हणजे तो खोलीतली सारी पुस्तके उलथी पालथी करून टाकी. काही केल्या तो कागद त्याला सापडत नसे. त्याचा तो अव्यवस्थितपणा पाहून ललितेला नेहमी हसू येई. ती एकदा त्याला म्हणाली होती,

'तुझ्या खोलीत पाऊल टाकलं, की धरणीकंपानं उद्‌ध्वस्त झालेल्या कुठल्यातरी प्रदेशात आपण आलो आहो, असं मला वाटू लागतं.'

तत्काळ त्यानं हसत-हसत उत्तर दिलं होतं,

'पांढरपेशांना छोटे धरणीकंप नेहमी दिसतात. पण मोठ्यांचा मात्र कधीच पत्ता लागत नाही!'

कोपऱ्यातल्या त्या ऐटबाज बुटांचा चकचकीतपणा पाहता पाहता दिवाकराची एक गमतीदार गोष्ट तिला आठवली. रस्त्याने जाताना तो सारखा बोलण्यात गुंग झालेला असायचा. स्वारी कधी कुठल्या अपघातात सापडली नव्हती, हे भाग्यच म्हणावयाचे! एकदा तो असाच जोरजोराने बोलत चालला असताना त्याच्या वहाणेचा अंगठा तुटला. वहाण अगदी जुनी झाली होती. तिच्यावर आता एक आण्यापेक्षा अधिक खर्च करण्यात अर्थ नाही, असे त्याने ठरविले. पुढच्या कोपऱ्यावर चांभार दिसला. अंगठा दुरुस्त करण्याकरिता तो तिथे थांबणार, इतक्यात गालफडे बसलेल्या एका हाडकुळ्या मुलाने झटकन् पुढे होऊन केविलवाण्या स्वराने त्याला प्रश्न केला,

'पॉलिश साब?'

दिवाकराने त्या बालजीवाकडे मोठ्या सहानुभूतीने पाहिले आणि आपल्या जुन्या वहाणा त्याच्याकडून पॉलिश करून घेतल्या. बजेट संपुष्टात आल्यामुळे पुढे एक-दोन दिवस तो ती तुटक्या अंगठ्याची वहाण घालून किंचित फरफटत चाले. कुणी विचारले, म्हणजे म्हणायचा,

'ही पॉलिश केलेली तुटकी वहाण म्हणजे आमच्या सध्याच्या समाजरचनेचं प्रतीक आहे.'

या वाक्याच्या आठवणीने ती स्वत:शीच हसली. इतक्यात तिला कमलाकराचे शब्द ऐकू आले,

'कुठं रक्तबिक्त आलंय्, वाटतं?'

तंद्रीतून जागे होऊन तिने त्याच्याकडे पाहिले. मघाशी दारात दिसला, त्यापेक्षाही तो अधिक सुरूप आहे, हे तिच्या चटकन् लक्षात आले. ती गोंधळली आणि समोरच्या सुंदर कपड्यांकडे पाहू लागली. ते उंची कपडे, त्याच्या बोलण्यातला मघाचा तो मजेदार मोकळेपणा त्याचा धंदा काय असावा, याचा अजून तिला तर्क करता येईना. तो श्रीमंत असला पाहिजे, हे उघड दिसत होते. वकील- हो तो वकील असण्याचाच संभव अधिक होता. 'माणसं ओळखणं हा तर माझ्या धंद्याचा मुख्य भाग आहे' असे तो स्वत:च म्हणाला होता. तो मोठा हुशार वकील असल्याशिवाय -

'माफ करा हं. आलोच मी' म्हणत कोपऱ्यातल्या छोट्याशा न्हाणीघरात कमलाकर गेला. ललितेला आता खुर्चीत बसून राहायचा कंटाळा आला. ती उठली आणि खिडकीपाशी आली. बाहेरचे ऊन ऊतू येणाऱ्या दुधासारखे दिसत होते. त्याची झळ -तापलेल्या दुधावरल्या साईचा चटका बसावा, तशी ती तिच्या तोंडाला जाणवली. त्या रखरखणाऱ्या उन्हाची पर्वा न करिता खाली रस्त्यातून शेकडो माणसे चालत होती, बोलत होती, धावत होती, थांबत होती, लगबगीने वळत होती. एखाद्या नदीला पूर यावा, तसा दिसत होता तो राजमार्ग! निरनिराळ्या वयांची, तऱ्हतऱ्हेच्या पोशाखांची माणसे त्या महापुरात एकरूप झाली होती. कलकलाट, किणकिणाट आणि धडधडाट यांच्या पार्श्वसंगीतावर जीवन चिरपरिचित गीत गात चालले होते. एकदा लहानपणी कोकणात आजीकडे गेली ती! तेव्हा भर दुपारी एका पिंपळीच्या पारावर बसून तिने मृगजळ पाहिले होते. तसल्या मृगजळाच्या काठावर आपण उभ्या आहो, असा तिला भास झाला.

कमलाकर न्हाणीघरातून परत आला असावा. त्याचा आवाज एकदम तिच्या कानांवर पडला. 'मादाम क्यूरी' हे दोन शब्द त्याने स्वत:शीच उच्चारले होते. ललितेने वळून पाहिले. आत आल्यावर आराम खुर्चीजवळच्या पलंगाच्या बाजूवर तिने आपले सामान ठेवले होते. कमलाकर ते पाहत होता. त्यातले ते पुस्तक हातांत घेऊन तो किंचित पुढे आला आणि स्मित करीत म्हणाला,

'वडिलांप्रमाणे तुम्हीही ध्येयवादी आहात, म्हणायच्या!'

त्याच्या स्वरांत गांभीर्य आणि थट्टा यांचे विलक्षण मिश्रण झाले होते.

तिने मोठ्या उत्सुकतेने प्रश्न केला,

'तात्यांचे अग्रलेख वाचता तुम्ही?'

तो हसत उत्तरला,

'मी वर्तमानपत्रातला अग्रलेख सहसा वाचीत नाही. टिळक-आगरकरांच्या वेळी लोक अग्रलेखांची पारायणं करीत, म्हणे! मी फक्त वर्तमानपत्रांतील जाहिराती वाचतो. मला हवं असलेलं काव्य, नाट्य, तत्त्वज्ञान, सर्व काही त्यात असतं!'

कमलाकर हे थट्टेने बोलला असावा असे ललितेला वाटले. त्याला काहीतरी उत्तर देण्याच्या विचारात ती होती, इतक्यात हातांतल्या पुस्तकाची पाने सर्रकन् चाळून त्याने डाव्या हाताने ते पलंगावर फेकले. पुस्तक आता खाली पडणार, असे तिला वाटले. पण त्याचा नेम अचूक होता. ते बरोबर पलंगावरल्या उशीवर जाऊन पडले. ललिता स्मित करीत म्हणाली,

'काकासाहेबांनी माझी सारी माहिती तुम्हांला दिली. तुमच्याविषयी मात्र एक अक्षर सुद्धा त्यांनी मला लिहिलं नाही. पण क्रिकेट हा तुमचा आवडता खेळ आहे, हे कुणी न सांगता सुद्धा मी --'

तिच्या त्या बोलण्याचे हास्यमुद्रेने कौतुक करीत कमलाकर खुर्चीवर येऊन बसला. इतका वेळ आपण इथे उगीच रमतगमत राहिलो, रात्री केव्हा आणि कसे स्टेशनवर यायचे, एवढे ठरवून आपण मघाशीच निघून जायला हवे होते असे ललितेला आता तीव्रतेने वाटू लागले. शैलजा आणि कलिका वसतिगृहात आपली वाट पाहत बसल्या असतील! आजच्या दिवसाचा क्षण नि क्षण जिवलग मैत्रिणीच्या सहवासात घालवायचा! ते सोडून आपण या परक्या मनुष्याबरोबर इथे बोलत काय बसलो आहो?

ललिता आरामखुर्चीपाशी येऊन उभी राहिली. कमलाकर तिच्याकडे पाहत म्हणाला,

'बसा ना पाच मिनिटं! टॅक्सी करून तुम्हांला पोचवून देतो मी!

'टॅक्सी कशाला हवी?' असे ललिता म्हणणार होती. इतक्यात तो मोठ्या मधुर स्वराने उद्गारला,

'माफ करा हं मला! मघाशी मी ध्येयवादासंबंधानं बोललो ना? ते बोलायला नको होतं. पण ध्येयवाद हा शब्द ऐकला, की माझ्या मनाची मोठी विचित्र स्थिती होते. फुलांखाली दगड झाकून टाकून त्याला जसं देव म्हणायचं, तशी सुंदर शब्दांचे फुगे फुगवून आणि कल्पनांचे रंगीबेरंगी पतंग उडवून त्यांची ध्येयवाद म्हणून पूजा करायची!'

तो एकदम मधेच थांबला. पुढे बोलावे, की बोलू नये, अशा संभ्रमात तो पडला असावा. ललितेने त्याच्याकडे पाहिले. आतापर्यंत त्याच्या दृष्टीत न दिसलेला कठोरपणा तिला एकदम जाणवला. तापलेल्या वाळूवरून अनवाणी धावणाऱ्या लहान मुलासारखी तिच्या मनाची स्थिती झाली. त्याच्या नजरेला नजर देणे तिला अशक्य होते. ती समोरच्या कपड्यांकडे पाहत म्हणाली,

‘ध्येयवादावर तुमचा विश्वास नाही?’

‘मादाम क्यूरी किंवा महात्मा गांधी यांच्यासारखी माणसं जोपर्यंत जगात निर्माण होत आहेत, तोपर्यंत तुमच्या प्रश्नाचं नाही, असं स्पष्ट उत्तर देणं मोठं कठीण आहे. पण त्यांची नावं घेऊन ध्येयवादाचा बकवा करणारी बाकीची माणसं स्वत:ची आणि जगाची फसवणूक करीत असतात असं--’

ललितेला त्याचे दुसरे वाक्य मोठे बोचक वाटले. तिचे मन त्यातल्या शब्दाशब्दाशी ठेचाळले. पण त्याचे खंडन कसे करायचे, हे तिला सुचेना! ती गोंधळलेली पाहून कमलाकर म्हणाला,

‘सामान्य मनुष्याच्या ध्येयवादावर माझा मुळीच विश्वास नाही. ध्येयवाद हे ढोंगीपणाचं, दुबळेपणाचं, सत्याकडे निश्चल नजरेनं पाहायला असमर्थ असणाऱ्या भित्रेपणाचं पवित्र नाव आहे.’

ललिता मनात चिडली. तात्यांचे सारे आयुष्य तिच्या डोळ्यांपुढे एकदम उभे राहिले. असहकारितेच्या चळवळीच्या वेळी सरकारी कॉलेजात फेलो होते ते! वर्षाभरात एम्. ए. होऊन ते प्रोफेसर झाले असते. पण त्यांनी चळवळीत उडी टाकली. सुखवस्तूपणाची नोकरी गमावली. पुढे तीन वेळा तुरुंगवास भोगला. फायदा होत नसताना वर्षानुवर्षे जिल्ह्याच्या ठिकाणी वर्तमानपत्र चालविले. लोकप्रियतेची पर्वा न करता आज ते समाजवादाचा पुरस्कार करीत होते. हे सारे ढोंग होते? हा सारा दुबळेपणा होता?

तिला आपले बोलणे रुचले नसावे, हे कमलाकराच्या लगेच लक्षात आले. तो हसत म्हणाला,

‘एका गुन्ह्याबद्दल माफी मागता-मागता त्याच्याहून मोठा असा दुसरा गुन्हा माझ्या हातून घडायला नको होता! पण लहानपणापासून जगाचे धक्के खात-खात मी जे शिकलो, गेली तीन-चार वर्षं पोटासाठी भटकता-भटकता मला जे दिसलं, त्याचा मला झोपेत सुद्धा विसर पडत नाही. आयुष्य ही लढाई असेल! नव्हे, आहेच. पण गांधीजींच्यासारखे ध्येयवादी लोक मानतात, तसं ते पाप आणि पुण्य यांचं धर्मयुद्ध नाही. तो बलवान आणि दुबळे, श्रीमंत आणि गरीब यांचा प्राणांतिक झगडा आहे. हवं तर तुमच्या मादाम क्यूरीला विचारा. ती सुद्धा या बाबतीत माझ्याच बाजूनं साक्ष देईल.’

त्याचे बोलणे ललितेला पटले नाही. पण तात्यांच्या बोलण्यात जो अनुभवाचा ठामपणा असतो, तोच कमलाकराच्या उद्गारात आहे, एवढी जाणीव मात्र तिला झाली. त्याला विरोध करण्याची इच्छा आता तिच्या मनातून मावळू लागली. ती हसत उत्तरली,

‘माझं मादाम क्यूरीचं चरित्र वाचून झाल्यावर मग आपण हा वाद करू.’

'म्हणजे?' त्याने आश्चर्याने प्रश्न केला. 'तुम्ही ते पुस्तक वाचलं नाही अजून? मला वाटलं, आपलं आवडतं पुस्तक म्हणून तुम्ही ते नेहमी जवळ बाळगीत असाल!'

'भेट म्हणून कालच मिळालंय् ते मला!'

कमलाकार एकदम खुर्चीवरून उठला आणि उद्‌गारला,

'अरे, हो! मी सुद्धा तुम्हांला द्यायला एक भेट आणली आहे. पण--'

'भेटी ओळखीच्या माणसांना देतात....'

आपल्या ट्रंकेकडे जात-जात कमलाकर म्हणाला,

'तुमची नि माझी पूर्वजन्मीची ओळख असेल. कुणी सांगावं?'

फिक्कट निळ्या कागदात गुंडाळलेली एक लहान वस्तू घेऊन तो परत आला. ती काय असावी, याची ललितेला कल्पना करता येईना. काकासाहेबांनी आपली सारी माहिती या अपरिचित तरुणाला लिहावी, त्याच्याबरोबरच आपण यावे, असे सुचवावे, त्याने स्मरणपूर्वक आपल्यासाठी एखादी भेट आणावी — या साऱ्या गोष्टींचा तिच्या मनाला काही केल्या मेळ घालता येईना. सूत काततांना ते क्षणोक्षणी तुटू लागले, म्हणजे माणूस जसा बेचैन होतो, तशी तिची स्थिती झाली. या गोंधळलेल्या अवस्थेतच कमलाकराने पुढे केलेली ती वस्तू तिने हातात घेतली. हलक्या हाताने तिने वरचा कागद उघडला. एखादी कमळकळी क्षणार्धात पूर्णपणे फुलावी, तसे तिला वाटले. तिच्या हातांत नाजूक आणि मोहक हस्तिदंती ताजमहाल होता.

ती तो पाहत असताना कमलाकर म्हणाला,

'पाहुण्यांना चहा न देणं हा विसाव्या शतकातला भयंकर गुन्हा आहे. पण आमच्या या राजगृहातला चहा फार भिकार असतो. खाली जाऊन मी कोपऱ्यावरच्या इराण्याला फोन करून येतो. चहा घेऊन मग आपण तुमच्या वसतिगृहावर...'

बोलता-बोलता कमलाकर दार उघडून चटकन बाहेर निघून गेला. ललितेच्या हातांत तो ताजमहाल तसाच होता. तिने झर्रकन खोलीभर नजर फिरविली. क्षण, अर्धाक्षण तिला वाटले, जागेपणी आपण एक चमत्कारिक स्वप्न पाहत आहो. कुठल्या अपरिचित जागी आपण आलो आहो? प्रीतीचे प्रतीक मानले जाणारी ही भेट आपल्याला कुणी दिली आहे? छे! हा महाल नाही; हे थडगे आहे! तिचे मन कंपित झाले. आपल्या हातांतून ती प्रतिमा खाली पडेल, अशा आशंकेने ती उठली. हातांतला ताजमहाल तिने चटकन् टेबलावर ठेवला. पलीकडेच एक इंग्रजी पुस्तक पडले होते. ते तिने सहज उचलले. मुखपृष्ठावर एक तरुणी आपल्या प्रियकराचे दीर्घ चुंबन घेत होती. नावावरून ती रहस्यकथा असावी -- हरवलेल्या हिऱ्याचा शोध.

तिने ते पुस्तक खाली ठेवून पलीकडचे दुसरे उचलले. त्याचे नाव वाचले -- डॉ. जेकेल अँड् हाइड. या पुस्तकाचा उल्लेख तिने वडिलांच्या तोंडून अनेकदा ऐकला होता. सज्जनपणा आणि दुर्जनपणा यांचे मनुष्यात मोठे विलक्षण मिश्रण झाले आहे, हा तात्यांचा मोठा आवडता सिद्धांत होता. त्याच्यावर ते बोलू लागले, म्हणजे या पुस्तकाचा हटकून उल्लेख करीत. रहस्यकथांपलीकडे कमलाकर जाऊ शकतो, विशेषत: या पुस्तकाच्या बाबतीत तात्यांची नि त्याची आवडनिवड एक आहे, हे पाहून तिला बरे वाटले.

उशीवर पडलेले आपले पुस्तक जाण्याच्या घाईत तिथेच राहील, म्हणून ते उचलण्याकरिता ती तिकडे गेली. घाईघाईने ते पुस्तक उचलताना उशी थोडीशी बाजूला सरकली. तत्क्षणी ती दचकली. तिच्या हातांतले पुस्तक गळून खाली पडले. त्या उशीखाली एक घुबडाची पिन होती.

❐

अंधार आणि चांदण्या

आता विचार म्हणून करायचा नाही, असे मनाला बजावून झोपी जाण्याचा ललितेने प्रयत्न केला. बटन दाबून पटकन दिवा मालवावा, तसे तिने डोळे मिटून घेतले. मऊ मऊ उशीत डोके खुपसले. लहानपणी तात्यांच्या मांडीचा, नाहीतर आईच्या कुशीचा स्पर्श झाला, म्हणजे आपल्याला लगेच कशी झोप येत असे, या गोष्टीची तिला आठवण झाली. क्षणभर गुंगी आल्यासारखे वाटले तिला! पण ते क्षणभरच! आभाळातल्या ढगांची वाऱ्याने पांगापांग करावी, तशी चोरपावलांनी तिच्या पापण्यांवर उतरू लागलेली निद्रा कुणाची तरी चाहूल लागताच एकदम दूर पळून गेली. कुणाच्या पावलांची चाहूल होती ती?

आपल्याला असे का होत आहे, हे तिला कळेना! आपल्या घरट्यात सुखरूप परत आलेल्या चिमण्या पाखरांप्रमाणे तिला आनंद झाला होता. घरात येताच तात्यांना नमस्कार करताना तिला वाटले होते, उन्हातून आपण सावलीत आलो. परीक्षेच्या आंचीने तिला मधे खूप जाग्रणे घडली होती. घरी गेल्यावर त्या शिल्लक राहिलेल्या झोपेची भरपाई करायची, रात्री जेवल्याबरोबर जे निजायचे, ते सकाळी तात्यांचा दुसरा चहा होईपर्यंत उठायचे नाही, असे तिने मनात ठरविले होते. पण घरी आल्यानंतरच्या या पहिल्याच रात्री ती अंथरुणावर एकसारखी या कुशीवरून त्या कुशीवर होत होती. अकरा वाजून गेले. सारे घर झोपले, तरी ती अंथरुणावर तळमळत पडली होती.

कसल्यातरी काळजीमुळे तर आपली झोप उडून गेली नसेल ना, असे तिला क्षणभर वाटले. या शंकेचे लगेच तिचे तिलाच हसू आले. आपल्याइतकी सुखी मुलगी साऱ्या जगात नाही, या विचाराने तिचे मन प्रफुल्लित झाले. तात्यांची प्रकृती थोडीशी खालावलेली. पूर्वी ते किती जलद चालायचे! आज माडीवरून चढउतार करताना ते सावकाश चालतात, असे दिसले. पण त्यात एवढे काळजी करण्यासारखे काय आहे? आता त्यांची पन्नाशी उलटली. त्यात हे दैनिकाचे जीव खाणारे काम.

दिवाळीच्या सुट्टीत तात्या म्हणाले होते, खरेच 'जगात सगळ्यांना केव्हा ना केव्हा सुट्टी मिळते. ती न मिळणारे अभागी प्राणी फक्त दोनच आहेत. एक सूर्य आणि दुसरा दैनिकाचा संपादक!'

आता आपण त्यांना थोडी थोडी मदत करायला लागू. भरपूर विश्रांती मिळाली, की त्यांची प्रकृती सहज सुधारेल.

आईसुद्धा थोडी वाळल्यासारखी दिसली. हा उन्हाळा मला मानवला नाही असे काही तरी ती म्हणाली. पण प्रपंचाचा गाडा किती हसतमुखाने ती ओढीत आहे! मात्र तिचे केस अलीकडे झपझप पिकू लागल्यासारखे वाटतात. सकाळी दारात तिच्या मस्तकावरले पांढऱ्या आणि काळ्या केसांचे ते मिश्रण आपल्याला मोठे विचित्र वाटले! कुठल्या तरी इंग्रजी कवितेतली एक कल्पना एकदम अर्धवट आठवली आपल्याला. मनुष्य जीवनाचे जे वस्त्र विणीत असतो, त्यातले हे काळे आणि पांढरे धागे-- काय बरे आहे पुढे? मोठी विलक्षण कल्पना आहे ती! मनुष्य जीवनाचे वस्त्र विणीत असताना काळपुरुष त्याच्या पाठीमागे हसत उभा राहतो. त्याच्या दृष्टिक्षेपाने -- जाऊ दे ते! आता आईचेसुद्धा वय होत चालले, हेच खरे! आपण घरकामांत तिला खूप खूप मदत करायला हवी. आपण तोंडपाठ केलेल्या रसविचाराला स्वयंपाकघरांत स्थान नाही. पण हातगुंडा म्हणून आपला खास उपयोग होईल तिला! बाकी आई आपल्याला कशाला हात लावू देईल, तरच तिचे श्रम आपल्या हातून हलके होणार, म्हणा! मी वाढते, म्हणून दुपारी आपण कितीदा तिला सांगितले. पण तिने मीठ-चटणीलासुद्धा हात लावू नाही दिला आपल्याला! ती हसत म्हणाली, 'पुढं आहेच हे जन्मभर करायचं!' हे बोलताना तिच्या डोळ्यांतून ओसंडून वाहणारे ते वात्सल्य -- आईच्या डोळ्यांत देवाने अक्षय नीरांजने लावून ठेवलेली असतात का?

आकाशासारखे तात्यांचे छत्र, पृथ्वीसारखी आईची माया-- आपल्याला कशाची काळजी आहे? चिंता आपल्याजवळ आली, तर तीसुद्धा निश्चिंत होऊन परत जाईल. मग- आज आपली झोप अशी उडून का गेली आहे?

दिवसभर घरात घडलेल्या बारीकसारीक गोष्टी ललितेने आठवून पाहिल्या. या चार महिन्यांत प्रमिला एकदम किती मोठी दिसू लागली होती! आपण मुद्दाम आणलेले मीराबाईचे ते भजन तिला मुळीच आवडले नाही. 'असली रडगाणी मला नाही, बाई आवडत, असे उजव्या हाताने शेपटा उडवीत ती म्हणाली, तेव्हाचा तिचा अभिनय मोठा पाहण्यासारखा होता! तिच्या आवडीनिवडी आपल्यापेक्षा किती निराळ्या झाल्या आहेत! तिने दुपारी गाणी कशी छान म्हटली! पण ती सारी चित्रपटांतली होती! ती नाजूक, नखरेल, अधूनमधून छचोर ओळी असलेली प्रेमगीते पंधरा वर्षांच्या मुलीने घोळघोळून म्हणावीत - पण तिचा आवाज किती गोड आहे! तिच्या या आवडीनिवडीत असे काय काळजी करण्यासारखे आहे? बाकी विमल

तिच्याहून लहान असूनही, कशी शहाण्यासारखी वागते! संध्याकाळी मोठे खमंग कांदापोहे केले होते तिने! आपल्यालासुद्धा तसे जमणार नाहीत!

'माझ्या पिना - मी नाही देणार माझ्या पिना. जा. मी नाही जा. आक्का आक्का-'

ललितेने डोळे उघडून जवळ झोपलेल्या मंगलेकडे पाहिले. सकाळपासून घोक घोकून तिच्यापाशी झोपली होती ती! दुपारी तिचे आणि प्रमिलेचे पिनांसाठी मोठे कडाक्याचे भांडण झाले होते. झोपेत तेच तिला दिसत असावे. ललितेने हळूच तिला जवळ ओढले आणि तिचे मस्तक थोपटीत ती म्हणाली,

'मंगू -मंग्या-- तुझ्या पिना इथंच आहेत हं! नीज तू.'

ते शब्द निद्रित मंगलेला ऐकू गेले.... की नाही. कुणाला ठाऊक! पण तिच्या थोपटण्यातला प्रेमळपणा मात्र तिला जाणवला असावा, ती झोपेतच हसली. मिटलेल्या डोळ्यांनीच 'आक्का' असा अर्धस्फुट लाडीक उद्गार काढून तिने ललितेच्या गळ्याभोवती आपला इवलासा कोमल हात टाकला. पुढल्याच क्षणी ती घोरू लागली.

मंगलेच्या हाताचा तो नाजूक विळखा ललितेला मोठा सुखद वाटला. काल रात्री निरोप घेताना तिला मिठी मारून आणि तिच्या खांद्यावर डोके ठेवून कलिकेने हुंदके दिले होते. पण त्या मिठीत ही माधुरी नव्हती. ललिता वत्सलतेने मंगलचे मस्तक तसेच थोपटीत राहिली. थोपटता थोपटता केसांतल्या पिनांचा तिच्या हाताला पुन:पुन्हा स्पर्श होऊ लागला. ती एकदम थोपटायची राहिली. आपल्या बेचैनीचे कारण उमगल्यासारखे वाटले तिला! काल सकाळपासून तिचे मन एक कोडे सोडवू पाहत होते. त्या न सुटलेल्या कोड्यानेच तिच्या झोपेचे खोबरे केले असावे!

मनातली गुंतागुंत सोडविण्याकरिता गेल्या दीड दिवसांत घडलेल्या साऱ्या गोष्टीचा ती मेळ घालू लागली. राजगृहातल्या कमलाकराच्या खोलीत उशीखाली दिसलेली ती घुबडाची पिन - ती पाहताक्षणीच तिला गौरीच्या हरवलेल्या पिनची आठवण झाली होती. पण गौरीची पिन तिथे येणे शक्यच नव्हते. कमलाकराची आणि तिची तोंडओळख सुद्धा असण्याचा संभव नव्हता. तिने गौरीचा विचार तत्काळ मनातून काढून टाकला. पण कमलाकराच्या खोलीत कुणीतरी स्त्री आली असावी आणि तिच्या केसांतली पिन चुकून त्या उशीखाली राहिली असावी, हा संशय काही केल्या तिच्या मनातून जाईना. चहा पिता पिता तिने तो अर्धवट बोलून सुद्धा दाखविला. तो अपराधी असता, तर निदान क्षण, दोन क्षण गोंधळला असता. पण त्याच्या चर्येवर गोंधळाची पुसट छटा सुद्धा दिसली नाही. तो हसत उद्गारला,

'तुम्ही संशयकल्लोळ नाटक पाहिलंय्? त्यातल्या तसबिरीनं जसा घोटाळा उडवून दिला, तशी ही पिन --इथं कुणी नाटककार नाही, हे माझं भाग्यच म्हणायचं!'

कमलाकराने मुद्दाम इराण्याकडून मागविलेला चहा फार चांगला होता. तो घेता, घेता ती पिन पलंगावर कशी आली, हे त्याने किती सहज, अगदी खेळत सांगितले. नुकतेच लग्न झालेले एक जोडपे आधले दिवशी त्या खोलीत येऊन राहिले होते. प्रेम आंधळे असल्यामुळे असो अगर धांदरटपणामुळे असो. त्यातली नायिका टेबलावर गंगावन विसरून गेली. ते कमलाकराने हॉटेलच्या मालकाकडे साभार भेट म्हणून सकाळी पाठवून दिले होते. नोकरांनी झाडून नि पलंगपोस बदलून आपल्या करिता बिछाना तयार केला असावा, अशी त्याची समजूत होती. म्हणून तो मात्र त्याने उलटसुलट करून पाहिला नाही. त्याची समजूत किती चुकीची होती हे त्या पिनांवरून स्पष्ट होत होते. हे सारे सांगून तो हसत-हसत म्हणाला,

'अलीकडं नोकर झालेत मालक. तेव्हा हे असंच चालायचं. पोस्त, बोनस आणि बक्षिसी हे तीनच शब्द गडीमाणसांच्या कोशात शिल्लक राहिले आहेत.'

त्याच्या मनमोकळ्या बोलण्याने ललितेच्या मनात दाटू लागलेला संशय विरळ व्हायला फारसा वेळ लागला नाही. मात्र मनुष्य स्वभावत:च संशयी असल्यामुळे असेल अथवा बायकांच्या जातीला कुठल्याही गोष्टीची फाजील चिकित्सा करीत बसण्यात गोडी वाटत असल्यामुळे असेल, रात्री गाडीत बसेपर्यंत उशीखाली सापडलेल्या त्या पिनची, नाही म्हटले, तरी तिला पाच-दहा वेळा आठवण झाली.

गाडी सुरू झाल्यावर मात्र ललिता ती विचित्र गोष्ट पार विसरून गेली. डब्यात आणखी दोन माणसे होती. त्यांतले एक होते बडे व्यापारी. दुसरे होते कुणी सरकारी अधिकारी. कमलाकरांच्या आणि त्यांच्या गप्पागोष्टी मोठ्या रंगात आल्या. तास-दीड तास चाललेले ते संभाषण ऐकता-ऐकता कमलाकराच्या कुशाग्र बुद्धीचा ललितेच्या मनावर मोठा अनुकूल परिणाम झाला. त्याचा चेहरा रेखीव आणि मोहक आहे. ही जाणीव तिला प्रथमदर्शनीच झाली होती. पण बोलण्याच्या ओघात त्याच्या मुद्रेवर जी झळाळी येई, ती त्या शारीरिक सौंदर्यापेक्षाही अधिक आकर्षक वाटे. कुठल्याही विषयांत त्याची गती नव्हती, असे नाही. अर्थशास्त्राच्या किंवा राजकारणाच्या क्लिष्ट गोष्टीत सुद्धा त्याची विशिष्ट स्वतंत्र मते होती. ती सांगताना अधूनमधून तो एखादा दृष्टांत देई किंवा गमतीदार वाक्य उच्चारी. त्यामुळे ती मते अधिकच प्रभावी वाटत. देशाची फाळणी ही काँग्रेसने केलेली घोडचूक आहे, हे त्या सरकारी अधिकाऱ्याच्या तोंडावर सांगताना कमलाकर क्षणभरसुद्धा कचरला नाही. फाळणीविषयी बोलताना त्याने जरासंधाचा जो दाखला दिला, तो किती समर्पक होता! तो ऐकून तात्याच बोलताहेत, असे वाटले तिला! कमलाकरासारख्या सुटाबुटांत वावरणाऱ्या मनुष्याने पुराणे इतक्या बारकाईने वाचली असतील, हे एरवी ललितेला खरेसुद्धा वाटले नसते. पण तो जरासंधाचा दृष्टांत - किती मार्मिक होता तो! कमलाकर म्हणाला होता, 'अखंड हिंदुस्थानातली हिंदू -मुसलमानांची

भांडणं ही जरासंधाच्या देहाच्या दोन भागांसारखी होती. ते भाग एकमेकांना पुन्हा सहज चिकटत असत. आज ना उद्या या दोन जमातींची अशीच जुळणी होऊ शकली असती. पण फाळणीने ती शकलं परस्परांच्या विरुद्ध दिशेला टाकली. त्यांची जोडणी होणं आता कठीण आहे. या दोन्ही देशांची शक्ती एकमेकांशी झुंज घेण्यात खर्च होणार आणि --'

गाडीतील कमलाकराची असली अनेक भांडणे ललिता जसजशी आठवू लागली, तसातसा त्याच्या बुद्धीविषयी तिला वाटू लागलेला आदर दुणावू लागला. नाटके, धरणे, चित्रपट, साखरकारखाने, निर्वासित, संततिनियमन एक ना दोन नाना विषय डब्यांत त्या तिघांच्या बोलण्यात निघाले. बाकीच्या दोघांनी वक्त्यापेक्षा श्रोत्याचेच काम अधिक प्रमाणात केले. कमलाकर मात्र एकसारखा बोलत होता.

त्या साऱ्या संभाषणाच्या मधुर संस्मरणाने ललितेचे मन उल्हसित झाले. कमलाकराच्या चतुर कोटिक्रमाइतकाच त्याचा आवाज तिला स्पष्टपणे आठवू लागला. किती गोड होता तो! नि जितका गोड, तितकाच खणखणीत. आसपासच्या कुठल्यातरी देवळात मंजुळ घंटानाद होत आहे, असा भास डोळे मिटून ते संभाषण ऐकताना काल रात्री तिला झाला होता. कमलाकराच्या आवाजातला तो गोडवा जणू काही त्याच्या स्पर्शातही उतरला होता! सकाळी स्टेशनात दुसऱ्या वर्गाचा डबा फलाटाबाहेर राहिला. कमलाकर चटकन् उडी मारून उतरला. त्याचा तो चपळपणा सैनिकाला शोभण्यासारखा होता. लगेच त्याने आपला हात पुढे केला. तो धरून आपण उतरलो. त्याच्या त्या क्षणिक स्पर्शात किती सभ्यता, किती स्वाभाविकता होती. त्याने आपला हात सोडला, तेव्हा एका सुंदर, तरुण पुरुषांच्या हातात आपला हात होता, या जाणिवेने आपण क्षणभर बावरलो. पण त्याच्या हालचालीत, मुद्रेत, स्मितांत, कुठेही संभ्रमांची अस्पष्ट छटा सुद्धा नव्हती.

स्वर आणि स्पर्श यांच्यापेक्षाही संध्याकाळी नदीच्या घाटावर त्याच्या मूक सान्निध्यात घालविलेल्या चार घटकांची स्मृती ललितेला आता मोठी काव्यमय वाटू लागली. सहा वाजता तो मोटार घेऊन आला, तेव्हा प्रमिला गाण्याच्या वर्गाला गेली होती. गावात कुठेतरी हळदी-कुंकू होते. आईऐवजी विमल गेली होती तिकडे! या मुक्कामांत मंगलेचे मावशीशी चांगलेच सूत जमलेले दिसले. लहान मुलांचा प्रत्येक हट्ट पुरवू नये, त्यामुळे मुले बिघडतात, असे पूर्वी मावशी म्हणे. पण आज तिने मोठ्या हौसेने मंगलेला महिला मंडळात नेले होते. आपल्या बरोबर यायला घरात कुणीच नव्हते. एकट्याने जायचा आपल्याला संकोच वाटू लागला. मग आई थट्टेने म्हणाली, 'असंच का तू उद्या वर्तमानपत्र चालवणार! हल्ली कॉलेजात लाजायचं शिक्षण देतात, हे नव्हते, बाई, ठाऊक मला!'

आपला नाईलाज झाला. मात्र कमलाकराबरोबर बाहेर पडायच्या आधी

वेणीफणी करण्यात आणि नवे अंजिरी पातळ नेसण्यात आपण पंधरा वीस मिनिटे तरी खर्च केली. वेशभूषेकडे दुर्लक्ष करणारी ललिता— आजच आईच्या ते लक्षात आले असावे. आपण माजघरातून बाहेर पडलो, तेव्हा ती स्वत:शीच एखाद्या लहान मुलासारखी हसली. संध्याकाळचे सोनेरी ऊन खिडकीतून खोलीत यावे आणि क्षणभर तिचे सुवर्णमंदिर बनवावे, तसा तिचे ते स्मित पाहून आपल्याला भास झाला.

घाटावर जणू काही निराळ्याच जगात आपण प्रवेश केला. रंगीबेरंगी ढगांच्या पायघड्यांवरून सूर्य पश्चिमेच्या मंदिरात संथपणाने प्रवेश करीत होता. मेघांचे ते मोहक रंग केवळ नदीच्या अरुंद पात्रातच प्रतिबिंबित झाले नाहीत. आपल्या मनाचा कोपरा न् कोपरा त्यांनी रंगवून काढला. धुळीने भरलेली आणि उन्हाने कळंजलेली रूक्ष पृथ्वी गंधर्वनगरीच्या सीमेवर घुटमळू लागली.

खालच्या घाटावर दहा-वीस बायका धुणी धूत होत्या. त्यांच्या धुण्याचे धप् धप् असे होणारे आवाज, मधूनच त्यात मिसळणारा 'शू:' असा ध्वनी आणि त्या दोन्हींचा कर्कशपणा विरघळून टाकणारी प्रवाहाची अखंड झुळझुळ होती ती! वर्षा दीडवर्षांची असताना मंगला पाळण्यात जागी झाली, म्हणजे तिच्या पायांतले वाळे असेच गोड गोड वाजायचे! आकाशांतल्या मेघांपासून पृथ्वीवरल्या पाण्यापर्यंत पसरलेल्या संध्यादेवतेच्या त्या जादूने आपणां दोघांना मुके करून सोडले.

कमलाकर आणि आपण कितीतरी वेळ तसेच बसलो. शब्दांनी समोरच्या सौंदर्यदेवतेची समाधी भंग पावेल, की काय अशी जणू काही आपल्याला कितीतरी वेळ भीती वाटत होती. आपण अवाक्षर बोललो नाही. घाटावरून उठलोही नाही. उघड्यावर झोपी गेलेल्या मुलाच्या अंगावर आईने हळूच काळ्या लुगड्याची चौघडी घालावी, त्याप्रमाणे सृष्टीवर अंधकार पसरू लागला. एखाद्या कवीची कल्पकता आपले अपूर्व सौंदर्य क्षणभर प्रगट करून लुप्त व्हावी, तशी संध्येची शोभा त्या काळोखात दिसेनाशी झाली. आकाशात चांदण्या चमकू लागल्या. नदीच्या प्रवाहातली त्यांची नाजूक नाचरी प्रतिबिंबे पाहून एखाद्या चित्रपटातल्या नृत्य करणाऱ्या रमणींच्या दृश्याची आठवण कुणालाही झाली असती.

काही वेळाने खालचा घाट शांत झाला. काळोख दाटत चालला. जत्रेला गेलेल्या, पण वाट चुकलेल्या दोन मुलांनी एकमेकांच्या धीरावर कुठल्या तरी धर्मशाळेत मुक्काम ठोकावा, तसे आपण दोघं भासू लागलो. कमलाकर काही तरी बोलेल, निदान आता उठू या, असे म्हणेल, अशी आपली कल्पना होती. पण त्याने तोंडातून चकार शब्द काढला नाही. शेवटी आई जेवायकरिता आपली वाट पाहत राहील असा विचार मनात येऊन आपण उठलो. तेव्हा तो हसून विजयी स्वराने म्हणाला,

'बायका बाहेरच्या सौंदर्यात कितीही रमल्या, तरी त्या तात्पुरत्या. त्यांचा खरा ओढा असतो घराकडं. पुरुषाचे तसे नाही. पुरुष हा स्वभावत:च भटक्या प्राणी आहे.'

कमलाकराने केवळ गमतीने ते उद्‌गार काढले की - छे! तात्यांच्याकडे पाहिले, म्हणजे ते अगदी खोटे वाटू लागतात. आईचे शिक्षण र, ट, फ करीत वाचण्याइतकेच झालेले. तात्यांचे राजकारण किंवा त्यांचा समाजवाद यांचे आकलन तिला कधीही झाले नाही. पण तात्या तिच्यावर किती उत्कट प्रेम करीत आले आहेत! पुरुष भटक्या असतो, हे खरे असते, तर-

एकदम एक अर्धवट दबलेला, अर्धवट बाहेर पडलेला हुंदका तिच्या कानांवर पडला. रानांतून जाणाऱ्या कुणीतरी प्रवाशाने वृक्षावरून लटकणारे कोळ्याचे रेशमी जाळे खसकन् ओढून काढावे, त्याप्रमाणे तिची सुखद स्मृतिमालिका तत्काळ छिन्नभिन्न झाली. तिने दचकून डोळे उघडले. तो हुंदका मंगलेने झोपेत दिला असावा, असे तिला प्रथम वाटले. पण मंगला अगदी शांतपणाने झोपली होती. रस्त्यावरल्या दिव्याचा उजेड खिडकीतून खोलीत आला होता. त्या प्रकाशात तिची मुद्रा तिला स्पष्ट दिसली. ती झोपेत हसत होती. तिच्या गालाला मोठी खळी पडली होती.

ललितेने त्या खळीवर हळूच आपले ओठ टेकले. ती एकदम अंथरुणावर हळूच उठून बसली. तो हुंदका हा काही नुसता भास नव्हता. डाव्या बाजूची खोली तात्यांची होती. तिने कान देऊन ऐकले. खाट करकरल्यासारखी वाटली. मग 'राम राम' एवढे अस्पष्ट शब्द तिला ऐकू आले. तात्या बहुधा जागे असावेत. पण ते रडतील, हुंदका देतील, ही गोष्ट अशक्य होती. बेचाळीसच्या चळवळीत हसतमुखाने ललितेची पाठ थोपटून तुरुंगात जाण्याकरिता ते घराबाहेर पडले होते. त्या दृश्याचे तिला कधीच विस्मरण झाले नव्हते.

मग - तो हुंदका कुणाचा असावा? उजवीकडल्या खोलीत मावशी झोपली होती. ती तर-अंथरुणावर बसल्या बसल्या, ललितेने त्या खोलीचा कानोसा घेतला. तिथे सारे कसे शांत होते. ती गोंधळली. कंटाळून ती पुन्हा अंथरुणावर अंग टाकणार, तोच मावशीच्या खोलीतला दिवा लागला. दाराच्या बारीक फटीतून प्रकाश डोकावून बाहेर पाहू लागला. लगेच हुंदक्याचा अस्पष्ट आवाज पुन्हा ऐकल्यासारखे ललितेला वाटले. तो खास मावशीच्या खोलीतून --

उकाड्याने होणाऱ्या शरीराच्या तगमगीपेक्षाही ललितेच्या मनाची अधिक तळमळ होऊ लागली. सकाळी घरात पाऊल टाकल्यापासून एक गोष्ट तिच्या लक्षात आली होती. मावशी पूर्वीपेक्षा अधिक गंभीर व अबोल झाली आहे. ती ललितेशी थोडा वेळ बोलली, नाही, असे नाही. पण त्या बोलण्यात मनमोकळेपणा नव्हता. दिवसाच्या धांदलीत ललितेने या गोष्टीचा फारसा विचार

केला नव्हता. पण आता अनेक प्रश्न तिला बेचैन करून सोडू लागले. मावशी इथं कशाला आली आहे? ती आजारीबिजारी तर नाही ना! पण आजारी माणसाला उन्हाळ्यात नाशिकची हवाच अधिक मानवेल. नाही का? मग— तिचे ते आझाद स्टोअर्समधे अचानक दिसलेले यजमान- त्यांच्याबरोबरची ती बाई— अपरात्री मावशीच्या खोलीतून ऐकू आलेले हे हुंदके— ललितेचे मन या सर्वांचा संबंध लावण्याचा प्रयत्न करू लागले. एखाद्या कठीण उदाहरणाइतकेच ते अवघड आहे, याची जाणीव तिला झाली. पण तिच्या मनाची धडपड थांबेना. विजेच्या एका चमकाऱ्यात वाटसरूला भोवताली पसरलेल्या डोंगरदऱ्यांचे दर्शन व्हावे, तसे मावशीचे पूर्वचरित्र तिच्या डोळ्यांपुढे क्षणार्धात तरळत गेले. अतिशय बुद्धिमान म्हणून शाळा-कॉलेजात गाजलेली विद्यार्थिनी. बी.एस्सी. झाल्यावर परदेशी जाऊन शास्त्रीय संशोधन करायची महत्त्वाकांक्षा होती तिची! ती साधली नाही. पण एक हुशार शिक्षिका म्हणून तिने हां हां म्हणता नावलौकिक मिळविला. आपल्या वक्तृâत्वाने तिने सारा महाराष्ट्र गाजवून सोडला.

पुरुषांनी स्त्रियांवर केलेल्या अन्यायांबद्दल ती त्यांच्यावर असा चौफेर हल्ला चढवी-

लहानपणी ललितेला मावशी फार फार आवडायची, ती याच एका गोष्टीसाठी! ती व्याख्यानाला जायची आणि सुंदर कलाबतूने गुंफलेले कमलखानी हार घरी आणायची. किती सुंदर वेण्या व्हायच्या त्या हारांतल्या फुलांच्या. आणि तो चकचकणारा कलाबतू-

काही वर्षांनी मावशीचे शाळेच्या चालकांशी भांडण झाले. तिने नोकरी सोडली. दोन-चार वर्षे ती रिकामीच होती. स्त्री-स्वातंत्र्यावर इंग्रजीत प्रबंध लिहिण्याचा तिचा बेत होता त्या वेळी! तो प्रबंध कधीच लिहून झाला नाही. पण तो लिहावयाला म्हणून एका उन्हाळ्यात ती नाशिकला आपल्या मैत्रिणीकडे गेली. तिथेच तिची आपल्या भावी पतिराजाशी ओळख झाली. ते श्रीमंत जमिनदार होते, काँग्रेसचे पुढारी होते, विधुर होते. पहिल्या बायकोची दोन मुले त्यांनी पाचगणीला का कुठे बोर्डिंगात ठेवली होती. प्रौढपणी झालेल्या आपल्या या प्रेमविवाहाचा मावशीला पहिल्या पहिल्यांदा केवढा अभिमान वाटे!

ललिता हळूच अंथरुणावरून उठली. इतके उकडत असताना मंगला चादर पांघरून निजली आहे, हे आता कुठे तिच्या लक्षात आले. तिने ती चादर हळूच तिच्या अंगावरून काढली. मग चोरपावलांनी ती मावशीच्या खोलीच्या दारापाशी आली. आपण करतोय्, हे बरे नव्हे, हे तिला कळत होते. पण पावित्र्याच्या संस्कारापेक्षा माणसाचे विकार नेहमीच अधिक प्रबल असतात. तिचे विकृत कुतूहल चाळवले गेले होते. मावशी आपणां सर्वांपासून काहीतरी लपवून ठेवीत आहे, ते रहस्य काय आहे,

हे आपण जाणून घेतलेच पाहिजे, अशी तीव्र इच्छा तिच्या मनात निर्माण झाली होती. दाराला कान देऊन ती ऐकू लागली. आंत खुर्ची खर्रकन सरकविल्याचा आवाज तिच्या कानांवर पडला. लगेच तांब्याला लागून खणकन् भांडे वाजले; म्हणजे? टेबलावर ठेवलेले पाणी पिण्याकरिता मावशी उठली असावी! आणि आपण मात्र एखाद्या गुप्त पोलिसाप्रमाणे- पण - मघाचे ते हुंदके? तिथेच उभे राहावे, का परतावे हे ललितेला कळेना. मात्र तो चोरटेपणा तिला असह्य झाला. मनाचा निश्चय होण्यापूर्वीच तिने बोटाने दारावर टकटक असा आवाज केला. पुन्हा खुर्ची सरकविल्याचा आवाज झाला. लगेच दार उघडले, ललितेने मावशीकडे पाहिले. तिची मुद्रा शांत, गंभीर दिसत होती. पाच मिनिटांपूर्वी ती स्वत:शी दु:ख करीत बसली असेल, मघाचे हुंदके तिने दिले असतील, हे ललितेला काही केल्या खरे वाटेना. मावशी तिच्याकडे पाहून हसत म्हणाली,

'अजून जागी आहेस तू?'

आत येऊन मावशीला खाटेवर बसवीत आणि स्वत: तिला अगदी चिकटून बसत ललिता म्हणाली,

'माणूस, किनई, सवयीचं गुलाम बनतं, बघ, मावशी. परीक्षेसाठी दोन तीन महिने जागजाग जागले. त्यामुळे लौकर झोपच येईनाशी झालीय् मला! तुझ्या खोलीत दिवा दिसला. म्हटलं, तुझ्याशीं बोलत बसावं, म्हणजे-'

हे बोलता बोलता ललितेने तिच्या मांडीवर आपले मस्तक ठेवून एखाद्या लहान मुलासारखे ते घुसळले. ते वत्सलतेने थोपटीत मावशी म्हणाली,

'आता का चॉकोलेटचा हट्ट करायचाय्, वाटतं?'

'नुसत्या चॉकोलेटचाच नाही. लेमन, आईस्क्रीम, सिनेमा, सारं सारं हवंय् मला!'

ललितेच्या कपाळावर आलेल्या केसांच्या तीन-चार बटा मागे सारीत मावशी म्हणाली,

'वेडी कुठली! तू मोठी झालीस आता, लले!'

ललिता हसली. मग ती मावशीकडे रोखून पाहत म्हणाली,

'मावशी, माणसं खरोखरीच कधी मोठी होतात का, ग?'

मावशी काहीच बोलली नाही. टेबलावरच्या दिव्याकडे ती टक लावून पाहत राहिली. पानाआड दडलेला दवबिंदू एकदम सूर्यकिरणांत चमकावा, तसे मावशीच्या डोळ्यांत पाणी चमकले असा ललितेला क्षणभर भास झाला. दुसऱ्याच क्षणी तिचे मस्तक दोन्ही हातांनी धरून ते कुरवाळीत मावशी म्हणाली,

'चार दिवसांनी आपण खूप खूप गप्पा मारीत बसू लले! पण आज-आज मला बरं वाटत नाही, बाई. त्यात त्या महिला मंडळाच्या बायकांनी माझ्या गळ्यात एक

व्याख्यान बांधलंय्! वसंताइतका दुसरा वाईट ऋतू नाही, असं वाटायला लागलंय् मला! लग्नं आणि व्याख्यानं याशिवाय दुसरं काही सुचतच नाही या दिवसांत लोकांना! ती बघ टेबलावर पडलेली पुस्तकं-'

पुष्कळ दिवसांनी मावशीचे छानसे व्याख्यान आपल्याला ऐकायला मिळणार, या कल्पनेने ललिता हर्षित झाली, ती चटकन् उठली आणि टेबलाकडे गेली. तिथें उघडी पडलेली तीन-चार पुस्तके तिने पटपट उचलली त्यांची नावे वाचता वाचता तिने वळून विचारले, 'मराठी कादंबरीवर व्याख्यान आहे, वाटतं, तुझं?'

क्षीण हास्य करीत मावशीनं नकारार्थी मान हलविली. ललिता बुचकळ्यात पडली. तिने पुन्हा त्या सार्‍या नावांवरून आपली नजर फिरविली- 'पण लक्षात कोण घेतो?' 'सुशीलेचा देव,' 'भंगलेलें देऊळ', 'हिंदोळ्यावर', 'ब्राहमणकन्या', 'अखेरचे बंड' - मावशीपाशी येऊन ती हसत म्हणाली, 'मग या इतक्या कादंबर्‍या कशाला गोळा केल्याहेत?'

मावशी काहीच बोलली नाही. मानेमागे हात गुंफून तिने बोटे मोडली, मग सार्‍या अंगाला आळोखेपिळोखे दिले.

ललिता गंभीर मुद्रा करून म्हणाली,

'तसं पाहिलं, तर आता तू गीतारहस्यावर प्रवचनं करायला हवीस. ते सोडून या कादंबर्‍या-'

भली मोठी जांभई देत मावशी रूक्ष स्वराने उद्‌गारली,

'मध्यम वर्गातल्या स्त्रीच्या जीवनावर बोलणार आहे मी! ते जीवन गेल्या पन्नास वर्षांत कसकसं बदलत गेलं-' ती मधेच थांबली. समोरच्या कॅलेंडरवरल्या मृगजळामागे धाव घेणार्‍या हरिणीच्या चित्राकडे पाहत ती जणू स्वत:शीच म्हणाली, 'ते खरोखरच बदललं, की बदलल्याचा आपल्याला भास होतोय् -' ती पुन्हा मधेच थांबली.

ललिता तिच्याकडे पाहतच राहिली. एके काळी स्त्रीजीवनांत झालेल्या क्रांतीचे रसाळ वर्णन करणारी आपली मावशीच हे बोलत आहे, या गोष्टीवर तिचा विश्वास बसेना. तिने मावशीकडे बारकाईने पाहिले. तिची ती शून्य दृष्टी - तिचे डोळे किती विचित्र दिसत होते-

मावशी उशीवर डोके टेकीत म्हणाली,

'लले, अनेकदा वाटतं, आयुष्य म्हणजे एक लपंडाव आहे. त्यांत मनुष्य सुखाचा शोध करीत फिरतो आणि दु:ख त्याला शोधीत राहतं. पहिल्या पहिल्यांदा मोठा मजेदार वाटतो हा खेळ! पण सुखाच्या लपून बसायच्या जागा मोठ्या अडचणीच्या असतात. तिथं जाऊन त्याला हुडकून काढायची बुद्धीच होत नाही माणसाला! दु:खाला मात्र तो सहज दिसतो, अचूक सापडतो. त्यामुळे --'

मावशीला एकामागून एक अशा दोन-तीन जांभया आल्या. त्या थांबताच मलूल स्वराने ती म्हणाली,

'तेवढा दिवा मिटव बाळ. जाता जाता दार ओढून घे. पण हे बघ. थोडं पाणी देऊन जा मला! सारखी कोरड पडतेय् घशाला! यंदाचा उन्हाळाच मोठा--'

मंद वायुलहरींच्या सुखद झुळुकांचा मनसोक्त आस्वाद घेत धुंद चांदण्यांच्या नेत्रपल्लवीकडे अनिमिष दृष्टीने पाहत आणि छोट्या चवऱ्याप्रमाणे डुलणाऱ्या कडुनिंबाच्या लहान डहाळ्यांच्या नृत्यांशी तद्रूप होत ललिता कितीतरी वेळ गच्चीत उभी राहिली. राहून राहून मावशीचे ते वाक्य तिला आठवत होते, 'आयुष्य हा एक लंपडाव आहे' पूर्वी कधी असले शब्द तिच्या तोंडी येत नसत. हे विचार कवीला शोभणारे, तत्त्वज्ञाच्या तोंडी बरे वाटणारे. पण मावशीसारख्या बंडखोर सुशिक्षित स्त्रीने--

यंदाचा उन्हाळा फार कडक आहे, असे ती डोळे मिटता मिटता म्हणाली. तसे पाहिले, तर दरवर्षीइतकाच यंदाही उन्हाळा होतोय्. पण माणसे जसजशी वयाने मोठी होतात, तसतशी असली भाषा त्यांच्या तोंडी येऊ लागते. आजच्यापेक्षा कालचा दिवस त्यांना बरा वाटू लागतो. असे का व्हावे? समुद्राच्या भरतीप्रमाणे माणसाच्या प्रगतीची एक सीमारेषा असावी. ती सीमा गाठली, की त्याच्या मनाची ओहोटी सुरू होते काय?

मावशीचे ते विचित्र उद्‌गार विसरण्याचा ती प्रयत्न करू लागली. तिने वर पाहिले. केवढे विशाल काळसर छत अंतराळात पसरले होते! त्या छताला टांगलेल्या असंख्य झुंबरांतून लक्षावधी दिवे प्रकाशत होते. अगदी दूर आकाशाच्या कोपऱ्यात दिसणारी ती अंधूक चांदणी-ती चांदणी हे सुद्धा एक मोठे स्वतंत्र विश्व आहे, नाही? त्या साऱ्या चांदण्यांचे सौंदर्य डोळ्यांनी पुनः पुन्हा पिऊनही ललिता अतृप्तच राहिली. आता तिची कल्पना पंख फडफडावीत उंच उंच जाऊ लागली. तिला वाटले, साऱ्या पृथ्वीच्या पाठीवर अंधकाराच्या वृक्षाची छाया पसरली आहे. त्या विशाल वृक्षाच्या शेंड्यावरल्या पानापानांतून असंख्य काजवे लुकलुकत आहेत. मग तिच्या मनात आले, एका अफाट समुद्राच्या तळाशी अगणित शिंपले भरभर उघडे होऊन पडत आहेत. त्यांतली लहानमोठी निरनिराळ्या रंगांची मोत्ये आपल्याला चमकत असलेली दिसत आहेत.

वाऱ्याची एक मोठी लाट आली. कडुलिंबाची गच्चीजवळची डहाळी मोठ्याने सळसळली. कल्पनेच्या लहरींवर तरंगू लागलेले ललितेचे मन त्या आवाजासरशी पृथ्वीवर उतरले. ती गच्चीच्या टोकाला गेली. पुढे ओणवून तिने घराच्या बाजूला झुकलेल्या त्या डहाळीला ओझरता स्पर्श केला. त्या स्पर्शाने तिचे सारे शरीर पुलकित झाले.

तो वृक्ष कळू लागल्यापासूनचा या घरातला तिचा जीवश्चकंठश्च मित्र होता. गेल्या पंधरा वर्षांतली आपली अनेक सुखदु:खे तिने त्याला सांगितली होती. तिला तात्यांनी, पहिल्यांदा शाळेत घालायचे ठरविले, तेव्हा आधल्या रात्री भीतभीत गच्चीत येऊन या झाडापाशीच तिने आपले अश्रू गाळले होते. शाळेची भयंकर भीती वाटत होती तेव्हा तिला! आईला सोडून, तात्यांना सोडून, खेळातल्या बाहुलीला सोडून, कुठल्या तरी मास्तरणीचा मार खाण्यासाठी शाळेत जायला ती अत्यंत नाराज होती. त्या वेळी घरकामाला एक हरिजन मोलकरीण मुद्दाम ठेवली होती तात्यांनी! तिची मुलगी विठी आईबरोबर अनेकदा घरी येई, ती ललितेबरोबर खेळे. शाळेत मास्तर मुलांना कसे मारतात, याचे भयंकर वर्णन तिने अनेक वेळा केले होते. ते ऐकून प्राण गेला, तरी शाळेत जायचे नाही, असा ललितेने मनाशी निश्चय केला. आणि म्हणूनच शाळेला जायच्या आधल्या रात्री आईला झोप लागल्यावर चोरपावलांनी बाहेर येऊन ती गच्चीत रडत बसली होती. या कडुलिंबाच्या झाडाआडून उगवणाऱ्या चंद्राने त्या रात्री तिचे अश्रू पुसले होते.

ते सारे आठवून ललितेला आता हसू आले. त्या वेळी शाळेची इतकी धास्ती घेतलेली ती मुलगी आज बी.ए.च्या परीक्षेत मराठीत पहिला नंबर मिळविण्याची उमेद बाळगून होती.

त्या वृक्षाकडे स्नेहपूर्ण दृष्टीने पाहता पाहता अशा कितीतरी गोष्टी तिला आठवल्या. त्याला बोलता येत असते, तर आजोबांनी नातीच्या आठवणी सांगाव्यात तशा त्या गोष्टी सांगून तो तिची थट्टा करीत राहिला असता. त्याच्या मुकेपणाचे तिला आज प्रथम:च मोठे दु:ख झाले. एखाद्या मुक्या मनुष्याने चित्रविचित्र हावभावांनी आपला आशय व्यक्त करण्याचा प्रयत्न करावा, तसे ते त्याचे पुन:पुन्हा हालणारे शेंडे तिला वाटू लागले.

त्या हलणाऱ्या डहाळ्यांकडे टक लावून पाहत ती उभी राहिली.

असा किती वेळ गेला, कुणाला ठाऊक. ती एकदम कुणाच्या तरी स्पर्शाने आपल्या तंद्रीतून जागी झाली. तिने मागे वळून पाहिले. तात्या उभे होते तिथे! ती गोंधळली, लाजली, मग खुदकन हसली.

वात्सल्याने तिची पाठ थोपटीत तात्या म्हणाले,

'किती वेळ जागायचं, पोरी!'

त्या चिरपरिचित चार साध्या शब्दांत त्रिभुवनांतली सारी माया साठली आहे, असे ललितेला वाटले. मॅट्रिकच्या वेळी ती अशीच अपरात्री जागत बसली होती. तात्यांनी तेव्हा तिच्या खोलीत येऊन नेमके हेच शब्द उच्चारले होते. ते ऐकून क्षणार्धात तिचा सारा शीण नाहीसा झाला होता.

ललितेने तात्यांच्याकडे निरखून पाहिले. अवघी चार वर्षे झाली होती त्या

गोष्टीला! पण एवढ्या थोड्या अवधीत-ते-तात्या-आणि हे तात्या-किती निराळे दिसू लागले होते तात्या! त्यांच्या स्वभावात काडीइतके अंतर पडले नव्हते. पण त्यांच्या प्रकृतीत-एखाद्या सुंदर पातळाचा रंग विटू नये; पण वापरून ते विरविरीत होत जावे, तसे तात्या-पूर्वीपेक्षा कृश दिसणाऱ्या, पुढल्या बाजूला विरळ होत चाललेल्या आणि मधेच अर्धवट पिकलेल्या केसांमुळे विचित्र भासणाऱ्या, कपाळावर स्पष्ट दिसू लागलेल्या दोन आठ्या आणि चेहऱ्यावरल्या अनेक सुरकुत्या यांच्यामुळे रूक्ष वाटणाऱ्या त्यांच्या मूर्तीकडे पाहताना ललितेला एकदम भडभडून आल्यासारखे झाले. तिला वाटले, लहानपणी आपण तात्यांना घट्ट मिठी मारीत होतो. आतासुद्धा त्यांना तसेच बिलगावे आणि म्हणावे,

'तात्या, तुम्ही का उठलांत असे अपरात्री?'

संध्याकाळी अग्रलेख लिहून देऊन आठ वाजेपर्यंत घरी परत यायचे त्यांनी अलीकडे ठरविले होते. असे असून ते अजून जागे का राहिले आहेत? समाजवादावरले एखादे नवे इंग्रजी पुस्तक वाचीत बसले असतील! छे! त्यांच्या खोलीत मघाशी दिवा मुळीच नव्हता. मग ते असे जागे का?

असले प्रश्न मोठी माणसे लहानांना सहज विचारू शकतात. पण लहानांनी मोठ्यांना तसा प्रश्न करणे म्हणजे लहान तोंडी मोठा घास घेण्यासारखे आहे ते! लहानाचे दुःख हे कुटुंबातल्या सर्वांचे दुःख होते. त्यात गुप्त असे काही नसते. पण सर्वांत मोठ्या माणसाचे दुःख— त्यांत दुसरे कुणीच भागीदार होऊ शकत नाही. एकांतात, निमूटपणाने ओठांना खाऱ्या अश्रूंचा स्पर्श होत असताना त्यांच्यावर हास्य फुलवीत मोठ्या माणसांना आपली दुःखे सहन करावी लागतात. कुणाच्या बरे सुनीतात आहेत या ओळी? यशवंतांच्या, की माधव ज्यूलियनांच्या? त्या वाचताना आपल्याला मिल्टनच्या आणि वर्डस्वर्थच्या भावगंभीर सुनीतांची आठवण झाली होती. ते सुनीत शोधून काढून तात्यांना उद्या वाचून दाखवायला हवे!

तात्यांच्या हास्याने ती भानावर आली. ते थट्टेच्या स्वरांत म्हणाले,

'लहानपणी माणसाची झोप उडते विद्येच्या काळजीनं, तरुणपणी ती बेपत्ता होते प्रीतीच्या स्वप्नांनी आणि म्हातारपणी ती लपून बसते मृत्यूच्या भीतीनं!'

शेवटचे वाक्य उच्चारताना तात्यांच्या स्वरात किंचित कंप उत्पन्न झाला, असे ललितेला क्षणभर वाटले. पण तो आपल्या हळव्या मनाचा भास आहे, हे लगेच तिच्या लक्षात आले. असे काहीतरी मजेदार बोलायचे आणि मग इतरांच्या बरोबर किंबहुना त्यांच्या आधीच आपण मनमोकळेपणाने हसायचे, अशी तात्यांना सवय होती. आताही ते तसेच हसले.

ललितेला एकदम आठवण होऊन ती म्हणाली,

'तात्या, सकाळपासून तुमच्या ब्लडप्रेशरविषयी विचारीन, असं म्हणतेय्. पण दरवेळी दुसरंच काहीतरी निघतं-'

तात्या एकदम उत्तरले,

'साऱ्या, जगाचंच ब्लडप्रेशर वाढलंय्, पोरी. तिथं एकट्यादुकट्याची काळजी कोण करीत बसतो?' पुढे काहीतरी बोलण्याची त्यांची इच्छा असावी, असे ललितेला वाटले. त्यांचे ओठ हलले, असा तिला भास झाला. पण त्यांच्या तोंडातून शब्द काही बाहेर पडला नाही. लगेच ते मोठ्याने हसले. त्या हास्यात मनमोकळेपणापेक्षा दुःख लपविण्याचाच भाग अधिक आहे, अशी शंका ललितेच्या मनाला चाटून गेली. ती त्यांना काहीतरी खोदून विचारणार, इतक्यात तात्या म्हणाले,

'उभ्या दिवसात मलाही मोकळेपणानं तुझ्याशी बोलायला मिळालं नाही. माणसं मोठी झाली, की त्यांच्या मैत्रीत अंतर पडायला लागतं. नाही? तू आल्याबरोबर एक आनंदाची गोष्ट तुला सांगायची, असं मी ठरविलं होतं. पण--'

उत्कंठेने ललिता त्यांच्याकडे पाहू लागली. तात्या आपल्याला काय सांगणार आहेत? ते या चार महिन्यांत अधिकच थकल्यासारखे दिसतात. 'आता वर्तमानपत्राचं काम तू पहा' असे त्यांनी म्हटले, तर? या विचारासरशी तिची छाती धडधडू लागली. गेल्या दोन वर्षांत बी.ए. झाल्यावर संपादिका होण्याच्या सुखस्वप्नात ती नेहमी रमत आली होती. पण आता मात्र त्या जबाबदारीच्या जाणिवेने तिचे मन भारावल्यासारखे झाले. देशाची फाळणी, निर्वासितांची दैना, गांधींचा खून, सर्वोदयवाद, कम्युनिझम, आपली अन्नान्नदशा, भांडवलशाही वगैरे गोष्टीविषयी कॉलेजात गप्पा मारताना ती अनेकदा तावातावाने बोलली होती. पण आपल्या त्या बडबडीचा उगम ज्ञानात नव्हता. तो तरुणपणींच्या उसळत्या रक्तात होता, हे समोर उभ्या असलेल्या तात्यांकडे पाहता पाहता तिला तीव्रतेने जाणवले. तात्यांनी वर्तमानपत्राचा प्रश्न काढला तर 'आधी वर्ष सहा महिने तुमच्या हातांखाली मी अभ्यास करते,' असे उत्तर देऊन मोकळे व्हायचे तिने ठरविले, तेव्हा कुठे तिला हायसे वाटले.

तात्या शोधक दृष्टीने आकाशात काहीतरी पाहत होते. त्यांची ती सवय ललितेला अपरिचित नव्हती. लहानपणी ते असेच पुष्कळदा गच्चीवर बसायचे आणि तिचे डोके मांडीवर घेऊन आकाशाकडे बोट दाखवीत म्हणायचे,

'तो पहा व्याध, ते सप्तर्षि, तो शुक्राचा तारा- कसा हिरा आहे. तो मंगळ. तू आईचं ऐकत नाहीस, म्हणून तुझ्यावर रागावलाय् तो!'

तो व्याध आज आपल्याला चटकन् ओळखता येतो, की काय, हे पाहण्याकरिता ललितेने आकाशाकडे दृष्टी वळविली. एकदम तिच्या कानांवर तात्यांचे शब्द आले, 'तुझी नि कमलाकराची चांगली मैत्री जमलेली दिसते.'

ललितेने चमकून आपली दृष्टी झटकन् खाली वळवली. तात्या तिच्याजवळ आले आणि वत्सलतेने तिच्या मस्तकावर हात ठेवीत म्हणाले,

'तुला सून करून घ्यायची फार फार इच्छा आहे काकासाहेबांची!'

ललितेने ते शब्द ऐकले. पण त्यांचा नीटसा अर्थबोध तिला झाला नाही. अंधारात माणसाने चाचपडावे, तसे तिचे मन एकेका शब्दाशी थबकत थबकत विचार करू लागले.

'कमलाकरांना दत्तक घेणार आहेत काकासाहेब...' तिला तात्यांचे शब्द ऐकू आले.

एक मोटारगाडी आपल्या प्रखर प्रकाशाचा झोत टाकीत रस्त्यावरून भुर्रकन् निघून गेली. तो प्रकाश दिसेनासा होईपर्यंत ललिता स्तब्ध उभी होती. विस्मय, उत्कंठा, आनंद, किती तरी भावनांच्या अंधूक छटांनी तिचे मन एकदम रंगून गेले. गेल्या तीन दिवसांतल्या अनेक गोष्टींचा तिला क्षणार्धात उलगडा झाला. पाच-दहा क्षणांत तिच्या मनातल्या भावनांच्या या रंगबेरंगी छटा मावळल्या. तिचा अहंकार जागृत झाला. तात्यांची आणि काकासाहेबांची आपल्यावर मोठी माया असेल. पण तेवढ्यामुळे काही आपले लग्न हवे त्याच्याशी ठरवायचा हक्क त्यांना पोचत नाही, हा एकच विचार तिच्या मनात धुमसू लागला. कमलाकराशी मी लग्न करणार नाही, अंहं, तसं नाही, इतक्यात मला लग्नच करायचं नाही असे तात्यांना साफ साफ सांगण्याकरिता ती मोठ्या निग्रहाने वळली. वळता वळता ती कापऱ्या स्वराने उद्गारली,

'तात्या--

पण तात्या गच्चीत होते कुठे?

त्या अंधारांत एखाद्या दगडी पुतळीप्रमाणे कितीतरी वेळ ती एकटीच निश्चल उभी राहिली. गार वारे सुटून उकाडा कमी होत चालला. वाऱ्याच्या तालावर कडुलिंबाच्या डहाळ्यांचे स्वैर नृत्य सुरू झाले. तिला लहानपणाची ती रात्र आठवली. शाळेच्या भीतीने ती अशीच बावरली होती. एका नव्या अज्ञात जगात आपल्याला प्रवेश करायचा आहे, या कल्पनेने ती गोंधळून गेली होती. आता पुन्हा पंधरा वर्षांनी त्या रात्रीचे बिकट कोडे तिचे मन अस्वस्थ करून सोडीत होते. आता पुन्हा एका नव्या अज्ञात जगात प्रवेश करायचा. अशी असंख्य अज्ञात जगे धुंडाळीत जाणे एवढाच जीवनाचा अर्थ आहे काय? या प्रश्नाचे उत्तर काही केल्या तिला सापडेना. तात्या, आई, मावशी कुण्णी कुण्णी या नव्या शोधाच्या प्रवासात तिच्याबरोबर येणार नव्हते. तिला एकटीलाच-

एकटीला?

छे!

जन्माचा जोडीदार शोधून ज्या प्रवासाला सुरूवात करायची, तो एकटीला कसा करावा लागणार?

तो जोडीदार--

संध्याकाळी घाटावर ऐटदारपणाने बसलेली कमलाकराची मूर्ती तिच्या डोळ्यांपुढे उभी राहिली. दुसऱ्याच क्षणी त्याच्या जागी मादाम क्यूरीचे पुस्तक हातात देणारा दिवाकर तिला दिसू लागला. आभासांच्या या विचित्र जाळ्यातून मुक्त होण्याकरिता ती गच्चीच्या कठड्यापाशी गेली. ओणवून कडुलिंबाची डहाळी पकडण्याचा तिने प्रयत्न केला. तिचा हात एकदम अधांतरी निश्चल राहिला. तिच्या समोर कडुलिंब नव्हता. गुलमोहराचे झाड होते ते!

❐

परीक्षा

ती सारी रात्र ललितेने स्वप्नसृष्टीत काढली. झोपेत ती कितीदा भ्याली, कितीदा लाजली, कितीदा गोंधळली, कितीदा पुलकित झाली, हे तिचे तिला सुद्धा सांगता आले नसते. कोकणातल्या आजीपासून गौरी, कलिका, शैलजा या पुण्याच्या मैत्रिणीपर्यंत किती किती माणसे तिच्या स्वप्नात येऊन गेली. माणसांची वर्दळ संपल्यावर सृष्टीची विविध रूपे तिथे नाचू लागली. एकदा तिला वाटले महापुरातल्या गढूळ पाण्याच्या प्रचंड लोंढ्याबरोबर आपण वाहत जात आहे. आपल्या अंगाभोवती एका सर्पाचा विळखा पडला आहे. पण तो सर्प सुद्धा गारठून गेला आहे. दंश करायचे त्याला भानच नाही. कदाचित उबेच्या आशेने त्याने आपल्याला विळखा घातला असेल! एका प्रचंड वृक्षाच्या काटेरी वेड्यावांकड्या फांदीच्या आधाराने आपण कशाबशा पाण्यावर तरंगत आहो. वाहता-वाहता ती नदी समुद्राला मिळते. ते गढूळ पाणी निवळते. मोहक काळसर निळसर स्वरूप धारण करते. पुढे काय होते हे पाहायची तिला फार उत्सुकता होती. पण नेमकी याच वेळी तिला अर्धवट जाग आली.

रात्र अशी चित्रविचित्र स्वप्ने पाहत संपली. पहाटे जेव्हा तिने डोळे उघडले तेव्हा त्या अद्‌भुत, अलौकिक दृश्यांपैकी एक सुद्धा तिला नीट आठवेना. एखाद्या पाणबुड्याने खूप जड जड शिंपले गोळा करावे आणि पाण्याबाहेर आल्यावर ते सारे रिकामे आहेत, असे त्याला आढळावे, तसे काहीतरी तिला वाटू लागले. अनामिक हुरहुरीने तिचे मन भरून गेले. इतक्यात तात्यांच्या खोलीत कुणीतरी बोलत आहे, असा तिला भास झाला. तो आवाज--आईच असावी ती! ती काय बोलतेय्, हे ऐकायला ललिता उत्सुक झाली. लगेच रात्रीचे तात्यांचे शब्द तिला आठवले. याबाबतीत आईपेक्षा किंबहुना तात्यांपेक्षा मावशीलाच आपले मन कळेल. चहा होताच तिला घेऊन जोगेश्वरीच्या देवळाकडे फिरायला जायचे, तिथे तात्यांचे शब्द तिला सांगायचे; आणि मग तिला देईल, तसे वागायचे, असा तिने मनाशी निश्चय

केला, तेव्हा कुठे ते शांत झाले. मग उन्हाळ्यातल्या पहाटेच्या गार वाऱ्यावरून चोरपावलांनी येणारी साखरझोप तिच्या चुरचुरणाऱ्या डोळ्यांत उतरली.

पण तिचा तो निश्चय पार पडायचा नव्हता. चहा झाला, तरी मावशी उठली नाही, म्हणून ललिता तिला हाक मारण्याकरिता 'उघडी नयन रम्य उषा' ही ओळ गुणगुणतच वर गेली. तिच्या खोलीचे दार तिने जरा जोरानेच उघडले. ते थाडकन् वाजले. त्या आवाजाने मावशी जागी झाली नाही, हे पाहून तिला आश्चर्य वाटले. तशी तिची झोप हलकी होती अगदी. मग--

ललिता झटकन् खाटेजवळ गेली. मावशीचा एक हात खाली लोंबत होता. त्या हातांतल्या बांगड्या मनगटापाशी गोळा झालेल्या दिसल्या. पांघरूण पायांनी लाथाडून दिल्यामुळे खाटेवरून अर्धवट जमिनीवर लोळत पडले होते. अशा अस्ताव्यस्त स्थितीत झोपलेली मावशी ललितेने कधीच पाहिली नव्हती. भीत भीत तिने तिच्या कपाळावर हात ठेवला. चुकून उकळत्या पाण्यात हात पडावा आणि मग कळवळून तो मागे घ्यावा, अगदी तशी स्थिती झाली तिची! मावशी तापाने फणफणली होती. ती तापाच्या गुंगीतच आहे, याची जाणीव आता कुठे ललितेला झाली. ती घाबऱ्या-घुबऱ्या धावत खाली गेली. लगेच तात्या आई दोघेही लगबगीने मावशीच्या खोलीत आली.

त्या दिवसापासून मावशीच्या खोलीत डॉक्टरांची आणि घरातल्या वडील माणसांची धावपळ सुरू झाली. मावशीचा ताप साडेचार होता. म्युनिसिपालिटीची अव्यवस्था आणि त्यामुळे गावात वाढत असलेले डास यावर एक लांबलचक व्याख्यान देऊन तो मलेरिया असावा, असे डॉक्टरांनी पहिल्या दिवशी निदान केले. चार दिवस झाले, तरी ताप उतरेना, तेव्हा टायफॉइडचा संशय सुरू झाला. दोन दिवसांनी तो विषम आहे, हे नक्की ठरले. ताबडतोब डॉक्टरांनी घरातल्या सर्व माणसांना प्रतिबंधक लस टोचून टाकली. ती टोचून घेताना एक गोष्ट ललितेच्या मनाला मोठी विचित्र वाटली. तात्या आईसारखे भित्रे नव्हते. मागे मंगलेला देवी काढल्या, तेव्हा हसत, इतरांना हसवीत आणि तिने खांद्यावर ठेवलेले डोके कुरवाळीत ते उभे राहिले होते. पण आज त्यांना काय झाले होते, कुणाला ठाऊक! त्यांनी स्वत:ला टोचून घेतले. मग ते ललितेला म्हणाले,

'मंगलला तू धर हं! तिचं रडणं ओरडणं मला ऐकवणार नाही.'

लगेच ते माडीवर गेले.

सर्वांना टोचून झाल्यावर डॉक्टर ललितेला म्हणाले,

'मावशी अगदी योग्य वेळी आजारी पडल्या हं. तुला सुट्टी झालेली पाहिली त्यांनी. नि मगच --तू नसतीस, तर तात्यांचे फार हाल झाले असते. त्यांची प्रकृती आधीच बरी नाही. त्यांत ही काळजी. तेव्हा -- मात्र बी.ए. च्या परीक्षेत बक्षीस

मिळविण्यापेक्षा टायफॉइडच्या रोग्याची शुश्रूषा करणं अधिक अवघड आहे हं, ललिताबाई! पाहू या, या परीक्षेत तुम्ही कितव्या येता ते!'

पण डॉक्टर म्हणाले, तेवढी ती परीक्षा अवघड नाही, असा ललितेला अनुभव आला. जिथे खरेखुरे प्रेम असते, तिथे अवघड गोष्टीही सोप्या होतात. एरवी काट्यांसारख्या वाटणाऱ्या गोष्टी फुलांसारख्या भासू लागतात. मावशीची जिवाभावाने शुश्रूषा करताना या सत्याची प्रचीती तिला येऊ लागली. लहानपणापासून मावशीचा फार ओढा होता तिला. तात्यांच्या खालोखाल तिच्या मनावर संस्कार झाले होते, ते मावशीच्या बुद्धीचे-वक्तृâत्वाचे-मोठेपणाचे. त्यामुळे दर तीन तासांनी मावशीचा ताप पाहताना, तिला मोसंब्याचा रस काढून देताना, तिच्या कपाळावर कोलन वॉटरची पट्टी ठेवून ती पुन:पुन्हा भिजविताना, तिला मनोरंजक वाटेल, असे काही तरी वाचून दाखवितांना, अपरात्री मधेच उठून तिला झोप लागली आहे, की नाही, हे पाहताना ललितेचे शरीर गळून गेले, तरी अंतर्मन अधिक अधिक प्रसन्न होई.

एके दिवशी रात्री मावशीला काही केल्या झोप येईना. ललितेच्या मांडीवर डोके ठेवून तिचा गारगार वाटणारा हात आपल्या भाजणाऱ्या हातात घेऊन ती दोन-तीन तास डोळे मिटून पडून राहिली. ललितेची मांडी अवघडली. पण तिने ती एवढीशीसुद्धा हलविली नाही. शेवटी तिच्या पायाला मुंग्या आल्या. पण मावशीचे मस्तक खाली ठेवावे असे तिला काही केल्या वाटेना आणि मग तिच्याकडे पाहता-पाहता तिच्या मनात आले, आजारी मनुष्य न कळत लहान मुलासारखा होतो. शुश्रूषा करणारे माणूस त्याची आई बनते.

आई!

रात्रीच्या त्या शांत एकांतात आई या शब्दाभोवती तिचे मन कितीतरी वेळ खेळत राहिले. मग मधेच तिला तात्यांच्या तिच्या लग्नाविषयीच्या त्या शब्दांची आठवण झाली. मावशी बरी झाल्याशिवाय त्या बाबतीत काही विचार करायचा नाही, असे तिने आपल्या मनाला बजावले. लगेच तिच्या लक्षात आले, मावशी विषमाने आजारी आहे, म्हणून तात्यांनी तिच्या यजमानांना एक पत्र लिहिले होते. त्याचे उत्तर सुद्धा आले नव्हते. त्यांना तार करून बोलाविलेले बरे! ते आले, तर मावशीला किती आनंद होईल. तात्यांना तसे सांगायला तिला संकोच वाटत असेल. पण आपण-

दुसरे दिवशी तात्यांनी फारसा उत्साह दाखविला नसताना ललितेने त्यांना तार केली. तिचे उत्तर दोन-तीन दिवसांनी दिल्लीहून आले. परदेशी जाणाऱ्या कुणातरी हिंदी वकिलाचा चिटणीस म्हणून आपल्याला जागा मिळण्याचा संभव आहे, त्या कामाचा निकाल लागला, की विमानाने निघतो, असे त्यांनी कळविले होते. हे तारेचे प्रकरण मावशीला कळवायचे नाही, असे तात्या, आई व ललिता यांनी आपापसांत

ठरविले. पण मंगलेकडून ती बातमी मावशीला कळलीच. मग ते उत्तर लपवून ठेवणे अशक्य झाले. ते वाचल्यावर मावशीच्या मुद्रेवर ललितेला काही फरक दिसला नाही. पण त्या दिवशी मध्यरात्री ललिता एकदम जागी झाली. मावशीला स्वस्थ झोप लागली, की नाही, हे पाहण्याकरिता ती तिच्याजवळ आली. तेव्हा ती जागी आहे, तिचे डोळे पाण्याने भरले आहेत आणि तिच्या उजव्या हातांत ती चोळामोळा केलेली तार आहे, असे तिला दिसले. हे दृश्य पाहताच ती अतिशय अस्वस्थ झाली. मावशीला काही विचारायचा तिला धीर होईना. तिचे समाधान कसे करावे, हेही तिला कळेना. तिचा विवाह हा एका बुद्धिवान सुशिक्षित स्त्रीने प्रौढपणी केलेला प्रेमविवाह होता. मोगरीच्या वेलीला कधी कोरांटीची फुले येत नाहीत! पण या प्रेमविवाहाला-मावशीचे आणि तिच्या नवऱ्याचे काहीतरी बिनसले असावे हे उघड होते. त्यात दोष कुणाचा होता? मावशीचा, की नवऱ्याचा?

मावशीचा ताप दररोज दिवसा चढे. रात्री थोडासा उतरे. घड्याळाबरहुकूम त्याचा चढ-उतार चालला होता. एखाद्या दिवशी दुपारी मावशीचे अंग कमी ऊन लागले, म्हणजे आज ताप थोडा कमी चढला असावा, असे वाटून ललिता मोठ्या आशेने मधेच थर्मामीटर लावून पाही. तो दररोजच्या इतकाच आहे, असे दिसले की तिची निराशा होई. क्षीण होत चाललेल्या मावशीच्या शरीराकडे ती मुकेपणाने पाहत बसली, की मृत्यूची कल्पना नकळत तिच्या मनात प्रवेश करी. ती मनातून काढून टाकायला तिला फार कष्ट पडत. पण बिळातल्या उंदराने काळोखात बाहेर पडून खुडबुड करावी, त्याप्रमाणे अपरात्री जाग आली, की नेमका मावशीच्या मृत्यूचा विचार तिच्या मनाला बेचैन करी. शुश्रूषेने, काळजीने आणि जाग्रणांनी तिचा चेहरा ओढल्यासारखा झाला. ते आईच्या लक्षात येताच ती तिला म्हणाली,

'आल्यापासनं कुणा मैत्रिणीला भेटायलासुद्धा गेली नाहीस तू! आजाऱ्यापाशी सारखं बसून माणूसही आजारी होतं. संध्याकाळी चार घटका मी बसत जाईन वर. तू जरा बाहेर फिरून येत जा.'

संध्याकाळी ललिता आपल्या मैत्रिणीकडे जाऊ लागली. पण या भेटीगाठींनी आपल्या मनाला बरे वाटण्याऐवजी ते अधिक अस्वस्थ होत आहे, असे चार दिवसांतच तिला कळून चुकले. मोठ्या अगत्याने ती पहिल्यांदा भेटायला गेली मराठीच्या बाईंना! हायस्कुलात असताना त्यांनीच तिला मराठीची गोडी लावली होती. त्या पहिला प्रश्न आपला परीक्षेविषयी करतील, अशी तिची खात्री होती. पण त्या बोलायला लागल्या लग्नाविषयी 'आता उगीच एम्.ए.च्या नादाला लागू नकोस, वडिलांना म्हणावं, चटकन् माझं लग्न करून टाका.' असा पोक्तपणाचा सल्ला तिला द्यायला त्या विसरल्या नाहीत. चाळीस वर्षांच्या त्या कुरूप बाईने त्या दिवशी केलेला नट्टापट्टा ललितेला कसासाच वाटला. दुसरे दिवशी लीला देशपांडेकडून, बाईंचे एका

विधुर औषधविक्रेत्याशी लग्न ठरले असल्याची बातमी तिला कळली, तेव्हा कुठे त्यांच्या त्या वागण्याचा आणि बोलण्याचा तिला उलगडा झाला.

लीलाकडे पाहताच ती आजारीबिजारी तर नाही, ना अशी शंका एकदम ललितेच्या मनात आली. तिने एम्. ए. चा अभ्यास सोडून दिला आहे, हे कळताच ती शंका दृढ झाली. मग बोलता-बोलता तिच्या लक्षात आले. लीलाचे मन कशातच रमत नसावे! बी. ए. च्या वर्गात असताना तिचे कुणातरी मुलावर प्रेम बसल्याची गोष्ट पूर्वी ललितेने ऐकली होती. मुलाचा बाप हिंदुमहासभावादी असल्यामुळे लीलाच्या वडिलांचे कट्टर काँग्रेसप्रेम तिच्या प्रेमाआड आले. बी.ए.ला ती पहिल्या वर्गात आली तेव्हा ती ते सारे विसरून गेली असे तिच्या वडिलांना वाटले. पण गेल्या दोन वर्षांत एम्. ए. ची पुस्तके चाळण्यापलीकडे तिने दुसरे काहीच केले नव्हते. ललितेपाशी आपले हृदय उघडे करून दाखवीत ती उद्गारली,

'पूर्वी घरोघर विहिरी होत्या, ते बरं होतं, लले! माझ्यासारख्या मुलींची घराजवळ जीव द्यायची सोय होती चांगली... एकेकदा वाटतं, आप्पांच्यापुढं जाऊन उभं राहावं आणि त्यांना विचारावं, 'आम्हां मुलींना तुम्ही जन्म देता तरी कशाला? दिलात तो दिलात, इतकी भाराभर पुस्तकं कशाला शिकविलीत? प्रेम, प्रीती, सुख, स्वातंत्र्य यांच्या मोठ्या मोठ्या कल्पना आमच्या डोक्यात कशाला कोंबल्यात? पंचवीस पंचवीस वर्षांच्या घोड्या होऊन झुरत बसायला?'

दुसरे दिवशी लीलाच्या बरोबरच बी. ए. झालेल्या सिंधूकडे ललिता गेली. ती गेली, तेव्हा सिंधूची आई तिची वेणीफणी करीत होती. तिला बघायला येणार होते कुणीतरी.

'सतत दोन वर्षं माझं हे प्रदर्शन भरतंय् ललिता. ते बघायला तिकीट सुद्धा विकत घ्यावं लागत नाही कुणाला! घटकाभर बैस, म्हणजे तुला अशी पात्रं पाहायला मिळतील -- अत्र्यांच्या नाटकात सुद्धा बघितली नसशील, अशी!'

हे तिचे शब्द ऐकताना ललितेला फार वाईट वाटले. कॉलेजात असताना सिंधु मोठी जहांबाज मुलगी होती. वादविवादमंडळात ती कशी फाडफाड बोलायची, कॉलेजातल्या वात्रट पोरांची मनसोक्त टिंगल करायची! त्या वाघिणीचे असे गाईत रूपांतर झालेले पाहून ललितेला कसेसेच वाटले. आणि मग पाहायला आलेल्या माणसांनी सिंधूची जी परीक्षा घेतली, ती पाहून तर तिचे मन पार विटून गेले. स्त्रीजीवनातले सारे दुःख, सारा अपमान, सारे दास्य त्या पाच मिनिटांत प्रतिबिंबित झालेले तिला दिसले.

त्या रात्री ललिता नेहमीप्रमाणे मावशीचे पाय दाबीत बसली. मावशीने तिला काहीतरी वाचून दाखवायला सांगितले. तिने टेबलावरली 'पण लक्षात कोण घेतो?' ही कादंबरी सहज उचलली. कितीतरी कपटे त्या कादंबरीतून बाहेर डोकावून पाहत

होते. बहुधा व्याख्यानाची तयारी असावी ती मावशीची! मधलेच एक खुणेचे पान ललितेने उघडले. लाल पेन्सिलीने खुणा केलेला मजकुर तिच्या डोळ्यांत भरला. ती वाचू लागली,

'त्या वेळचा माझा व त्यानंतर पुष्कळ मुलींचा जो अनुभव मला कळला व मी पाहिला, त्यावरून मला लिहिल्यावाचून राहवतच नाही. गुरांच्या बाजारात कसाई लोक मेंढरे-बकरी घेतात. त्या वेळी त्यांची कशी काय परीक्षा करतात, तीही मला ठाऊक नाही; किंवा हौशी लोक चांगलेसे घोडे घेताना कशी काय परीक्षा करतात, तीही मला ठाऊक नाही. पण मी जे ऐकले आहे, तेवढ्यावरून मला वाटते, की आम्हां मुलींना पाहायला येणारी मंडळी आमची परीक्षा करतात, ती अगदी याच मासल्याची असली पाहिजे. अंतर एवढेच, की त्या गुरांना कळत नसते आणि आम्हां मुलींना कळत असते.'

वाचता-वाचता ललितेने एकदम कादंबरी मिटली. तिच्या डोळ्यांपुढून लीला, सरला, मराठीच्या त्या मास्तरीणबाई यांच्या दोन आकृती सरकू लागल्या. क्षणार्धात त्या आकृती बदलल्या. त्यांच्या जागी मेंढरे-बकरी दिसू लागली. ती सारी निमूटपणे मान खाली घालून चालली होती.

क्षीण स्वराने मावशी म्हणाल्या,

'वाच की - ग पुढं! हरिभाऊंच्या कादंबऱ्या इतक्या जुन्या झाल्या, पण-अजून काही त्याची गोडी कमी होत नाही!'

ललितेने हातांतले पुस्तक पुन्हा उघडले. पण तिला वाचता येईना. समोरची बारीक अक्षरे एकमेकांत मिसळल्यासारखी वाटू लागली तिला! जणू काही संध्याकाळी लगबगीने कोंडवाड्याकडे परतणारा मेंढ्यांचा कळप होता तो! त्या मेंढ्यांत गौरी होती, कलिका होती, शैलजा होती-आणि-आणि ललिताही होती!

आपल्याला इतक्यात लग्न करायचे नाही, असे तात्यांना शक्य तितक्या लवकर सांगितलेच पाहिजे, या विचाराने तिच्या मनाचा कोपरान् कोपरा व्यापून टाकला, इतक्यात एका कोपऱ्यातून आवाज आला,

'आज नको; उद्या!'

याच क्षणी दुसऱ्या कोपऱ्यातून कुणीतरी रागाने ओरडले,

'भित्री कुठली? तू तात्यांना घाबरते आहेस. भित्र्या माणसांचा उद्या कधीच उजाडत नाही!'

ललितेने खालचा ओठ दातांनी चावला आणि 'आले हं, मावशी' असे म्हणत ती तिरिमिरीने आपल्या जागेवरून उठली.

❒

आंदोलन

तात्यांना विरोध करायची ललितेच्या आयुष्यातली ही पहिलीच वेळ होती. त्यामुळे ती तावातावाने त्यांच्या खोलीकडे निघाली, तरी तिचे मन आतून गोंधळले होते, गडबडले होते. कॉलेजात शैलजा किंवा कलिका यांच्यासारख्या मैत्रिणी आपल्या आईच्या प्रेमळपणाच्या गोष्टी नेहमी सांगत. त्या ऐकताना ललितेला हसू येई. बाप आईपेक्षा प्रेमळ असू शकतो, याचा या पोरींना अनुभव नाही, म्हणून त्या असे बोलतात, त्या दृष्टीने आपण मोठ्या भाग्यवान आहो, असा विचार अशा वेळी हटकून ललितेच्या मनात येई. आताही तो जागृत झाला. ती मधेच काळोखात थांबली. पुढे जावे, की नाही, या संभ्रमात पडली. रणांगणावर प्रथमत:च जाणाऱ्या सैनिकासारखी तिची मन:स्थिती झाली होती. तात्यांच्या तोंडून अनेकदा एक वाक्य ऐकले होते. त्याची तिला एकदम आठवण झाली. तात्या म्हणायचे,

'गीता इतकी लोकप्रिय झाली, याचं कारण तिच्यातलं तत्वज्ञान नव्हे! प्रत्येकाच्या आयुष्यात विचित्र संघर्षाचे प्रसंग येतात. प्रिय व्यक्तीशी, जिवलग स्नेह्यासोबत्यांशी, पूज्य मानलेल्या विभूतीशी लढावं लागतं. तसं लढण्याचा धीर कृष्णानं अर्जुनाला दिला. गीतेचा मोठेपणा यात आहे.'

ही वाक्ये मॅट्रिकच्या वर्गात असताना तात्यांच्या एका व्याख्यानात तिने पहिल्यांदा ऐकली होती. त्यांचा तो किनरा पण गोड आवाज तिच्या-कानांत घुमू लागला. तिचे डळमळू लागलेले मन स्थिर झाले. कमलाकर काकासाहेबांसारख्या लक्षाधीशाचा पुतण्या असेल, ते त्याला दत्तक घेणार असतील, त्याच्याशी आपले लग्न झाले, तर आपल्याला सारा जन्म ऐशआरामात काढायला मिळेल! पण तेवढ्यासाठी त्याचा विशेष परिचय नसताना, त्याच्या कोणत्याही गुणावर आपण लुब्ध झालो नसताना, त्याचे आपल्याला आकर्षण वाटू लागलेले नसताना, त्याच्याशी लग्न करायचे? छे! शिकलेल्या, स्वतंत्र रीतीने विचार करू शकणाऱ्या, स्त्रियांच्या पायांतल्या रूढींच्या शृंखला तोडू पाहणाऱ्या, तात्यांसारख्या बंडखोर विचारांच्या बापाच्या पोटी जन्म

लाभलेल्या मुलीने शेवटी असे शेळपटासारखे वागायचे? वैभवापुढे लोटांगण घालायचे?

आपल्याला थोडेफार आकर्षण वाटत असेल, तर ते दिवाकराचे. पण त्याच्याशी बोलताना सुद्धा लग्नाचा विचार स्पष्टपणाने कधी आपल्या मनात आला नाही. आकर्षण, प्रेम, प्रीती हे शब्द आपण काव्यात अनेकदा वाचले. त्यांचे अर्थ किती सोपे होते! पण प्रत्यक्ष व्यवहारात त्यांचा अर्थ कळणे किती कठीण आहे. 'प्रेमाचे तत्त्वज्ञान' ही शेलेची कविता आपल्या इंग्रजीच्या प्रोफेसरांनी इंटरमधे किती रंगात येऊन समजावून सांगितली होती! त्या वेळी त्यांचा वर्ग सुरू असताना सारी मुले जणू काही एका अज्ञात मधुर स्वप्नसृष्टीत विहार करीत ती कविता हां हां म्हणता सर्वांना पाठ झाली. तिच्यातल्या कल्पनांची आठवण झाली, म्हणजे कशा गुदगुदल्या व्हायच्या तेव्हा!

'निर्झर जसे नद्यांना मिळतात, नदी जशी सागराकडे धाव घेते, त्याप्रमाणे मी तुझ्या मीलनासाठी' -

ललिता स्वत:शीच हसली. निसर्ग आणि मनुष्य यांच्याकडे अंतर न जाणणारे कवी वेड्याप्रमाणे तोंडाला येईल ते बडबडतात, असे तिला वाटले. नदीने कोणत्या समुद्राला मिळावे, हे तिच्या भोवतालच्या भूमिभागावर अवलंबून राहील. त्यात तिच्या पसंतीचा किंवा प्रीतीचा प्रश्न येतो कुठे?

काळोखात स्वत:शीच विचार करीत आपण कितीतरी वेळ मधेच उभ्या राहिलो, हे आता तिच्या लक्षात आले. एखाद्या आजारी माणसाने आपले सर्व बळ एकत्रित करून अंथरुणावरून उठण्याचा प्रयत्न करावा, तसा तिने आपला सारा धीर एकवटला. लगबगीने पुढे जाऊन तात्यांच्या खोलीच्या दारावर अंगठ्याजवळच्या बोटाने तिने टकटक असा आवाज केला.

'या, या. चार मुलांची आई होणं हे काही सोपं काम नाही, म्हटलं. रात्रीचे दहा वाजले, तरी अंथरुणाला पाठ लागत नाही माणसांची!' आतून तात्यांचे शब्द ऐकू आले.

ललिता गोंधळली. घरकाम संपवून आई वर आली असावी, अशा कल्पनेने तात्यांनी ते उद्गार काढले असावेत! पण आपल्याला पाहिल्यावर -

आता आल्यापावली परत जाणेही शक्य नव्हते. तिने दार अर्धवट उघडले.

उशालगतच्या मेजावरचा निळसर दिवा जवळ ओढून घेऊन तात्या एक जाडजूड पुस्तक वाचीत खाटेवर पडले होते. टेबलावर जिकडेतिकडे कागद पसरले हाते. दहा-पाच पुस्तके त्या कागदांवर अस्ताव्यस्त पडली होती. पुस्तकावरली दृष्टी तात्यांनी दाराकडे वळविली. लगेच मोठ्याने हसून ते म्हणाले,

'कोण? लल्या?'

बाळपणी अनेकवार अमृतापेक्षाही गोड वाटलेल्या त्या हाकेने ललितेचे विरोधाचे अवसान गारठू लागले. काही न बोलता ती दारात तशीच उभी राहिली.

तात्या हसत म्हणाले,

'मला वाटलं, तू अगदी डाराढूर झोपली असशील! आता काही मावशीसाठी जागत बसायला नकोय् तुला!'

कमलाकर, काकासाहेब, सुशिक्षित मुलगी, तिचे स्वातंत्र्य, प्रेम, लग्न, इत्यादी अनेक शब्द ललितेच्या मनात उसळून वर आले. पण तिच्या तोंडातून उद्‌गार बाहेर पडले,

'मावशीची प्रकृती आता लवकर सुधारेल. पण मला वाटतं ... ' ती किंचित अडखळली आणि मग तात्यांच्या नजरेला नजर न देता दुसरीकडे पाहत म्हणाली, 'तिचे यजमान चार-आठ दिवस इथं येऊन राहतील, तर तिला अधिक लवकर गुण येईल. ती मनात कुढतेय्, काहीतरी लपवून ठेवतेय्, असं सारखं वाटतं मला!'

तात्या क्षणभर स्तब्ध राहिले. मग मंद स्मित करीत उद्‌गारले,

'बी. ए. ला तुझा आवडता विषय कोणता होता? मराठी, की मानसशास्त्र?'

असली उडवाउडवीची उत्तरे द्यायची तात्यांची सवय ललितेच्या चिरपरिचयाची होती. ज्या बाबतीत त्यांना काही बोलायचे नसेल, तिचा उल्लेख होताच संभाषणाच्या ओघाला ते एकदम कलाटणी देत. मावशीच्या यजमानांच्या बाबतीत ते आता अवाक्षर सुद्धा बोलणार नाहीत, हे ललितेने ओळखले. मग - आता पुढचे संभाषण - स्वत:कडेच वळवणे तिला प्राप्त होते!

लज्जा, भीती, अभिमान, इत्यादी विविध भावनांनी तिचे मन क्षणार्धात भरून गेले. आपल्या पदराचे टोक बोटाभोवती गुंडाळण्याचा चाळा तिने करून पाहिला, कोरड्या पडणाऱ्या ओठांवरून हळूच जिभेचे टोक फिरविले. पण आपले मनोगत व्यक्त करण्याकरिता हवे असलेले शब्द काही केल्या तिला सापडेनात!

तिची ती संभ्रमित स्थिती पाहून तात्या खाटेवर उठून बसले आणि मृदू स्वराने म्हणाले,

'लले, इकडे ये!'

ललिता खरोखर त्यांच्याजवळ जाऊन बसली. तात्यांनी तिची पाठ थोपटल्यासारखे केले. मग ते हसत म्हणाले,

'जगाच्या दृष्टीनं तू मोठी मुलगी झाली असशील, पण--आईबापांना आपली मुलं नेहमी लहानच वाटतात. तुला काय बोलायचं असेल, ते मोकळेपणानं बोल. आईबापांच्या रागापेक्षा त्यांच्या मायेचं पारडं नेहमी अधिक जड असतं, हे विसरू नकोस! सांग, पोरी, सांग--'

त्यांनी तिच्या पाठीवरून विलक्षण वत्सलतेने हात फिरविला. त्या शांतिप्रद

स्पर्शात साऱ्या जगातली माया, काळजी आणि संरक्षणाची इच्छा यांचा त्रिवेणी संगम झाला आहे, असे ललितेला वाटले. तात्यांना उत्तर देण्याऐवजी ती दुसरीकडे पाहू लागली. पण तिला आपला हुंदका आवरता आला नाही. तो बाहेर फुटताच तात्या अधिकच कळवळले. चार-दोन क्षण ते स्तब्ध राहिले नि लगेच गंभीरपणाने म्हणाले,

'कमलाकराशी लग्न करायची तुझी इच्छा नसली.... तर काकासाहेबांनी काही कामासाठी त्याला दिल्लीला पाठविलंय्, म्हणून या मधल्या दिवसांत तो प्रश्न निघाला नाही. कमलाकर परत आल्यावर आपणाला तो निकालात काढायलाच हवा! नाही म्हणायचं असलं, तर तसं स्पष्ट सांग. न भिता, न घाबरता! पोरी, तुझं सुख, ते माझं सुख! माझं वर्तमानपत्र काकासाहेबांवर थोडं-फार अवलंबून असलं, तरी तुझ्या इच्छेविरुद्ध एका श्रीमंत घरात मी तुला कधीही डांबणार नाही. तुझ्या आईला हे लग्न हवंय्. ती जुन्या काळची आहे. तुझी मावशीसुद्धा तेच म्हणतेय्! ती नव्या काळची आहे. हे लग्न झालं, तर प्रमिला, विमला, मंगला या सर्वांना फार आनंद होईल. हवं तेव्हा आक्काकडे जाऊन त्यांना मोटारीत बसायला मिळेल. पण एका शब्दानं तुझा नकार सुचव. मी तुझ्या बाजूला उभा राहीन. बायकोची, मेव्हणीची, काकासाहेबांची कुणाचीही भीड मानणार नाही, पर्वा करणार नाही.'

तात्यांचे गीतेविषयीचे उद्गार ललितेला पुन्हा आठवले. तिला वाटले. लहानपणीसारखे तात्यांच्या मांडीवर मस्तक ठेवावे, ते तिथे घुसळावे आणि डोळ्यांत दाटणाऱ्या गंगायमुनांना बाहेर वाट करून द्यावी. पण तिचे शरीर रतिमात्र हलले नाही. एखाद्या चित्रासारखी ती जशी होती, तशी बसून राहिली.

आता तात्या चढ्या आवाजात बोलू लागले.

'पोरी, तुझा बाप श्रीमंत नसेल. पण त्यानं आपला आत्मा कधीही विकला नाही. जे सत्य वाटलं. जे मनाला पटलं, त्याच्याशी कधी प्रतारणा केली नाही. कॉलेजात पुढं स्वातंत्र्याच्या चळवळीत आणि स्वातंत्र्य मिळाल्यावर त्याचं फार नुकसान झालं या स्वभावामुळं. पण--'

तात्या एकदम मधेच थांबले. आणि घोगऱ्या स्वरात उद्गारले,

'मनुष्य मुख्यत: आत्मपूजक असतो, हेच खरं. जाऊ दे ते! माझं चरित्र - मी मेल्यावर तू ते चांगलं लिहू शकशील. माझ्या संग्रहात डायऱ्या, टिपणं वगैरे पुष्कळ आहेत.' बोलता-बोलता ते थांबले अणि मोठ्याने हसले.

ललितेला मात्र त्यांच्याकडे वळून पाहण्याचा धीर होईना.

तात्यांनी तिच्या पाठीवरून पुन्हा मोठ्या मायेने हात फिरविला. मग जड गंभीर स्वराने ते म्हणाले,

'लले, तुला अधिक शिक्षण देण्याची माझी ऐपत नाही. शक्ती असती, तर ती तुला डॉक्टरीणच केली असती. तुझ्या अंगावर ठळकसा दागिना मी कधी घातला

नाही. इच्छा पण होती. कलावंताला आपली कृती जशी सर्वांगसुंदर व्हावी, असं वाटतं, तसं आईबापांना आपली मुलगी नीटनेटकी आणि ठसठशीत दिसावी, अशी इच्छा असतेच. पण मी तुला दुसरी काही देणगी देऊ शकत नाही. मात्र माझं एक वाक्य मनावर कोरून ठेव-आपला आत्मा कधी विकू नकोस!'

किंचित थांबून ते म्हणाले,

'सांग - ह्या लग्नाविषयी तुझं काय मत आहे, ते मोकळेपणाने सांग. कॉलेजमध्ये असताना तुझं कुणावर प्रेम बसलं होतं काय? तरुणांनी प्रेम करणं हा काही गुन्हा नाही. लहान मुलं जशी खेळात दंग होतात, तशी तरुण माणसं... तसं तुझं कुणावर प्रेम असेल, तर त्याला इथं घेऊन ये. माझ्या अक्षता तयार आहेत. सांग, लवकर सांग, पोरी. या ब्लड प्रेशरमुळं मला अधिक वेळ जागता येत नाही. पुस्तकातलं एक चांगलं प्रकरण अपुरं राहिलं, म्हणजे मनाला अशी चुटपुट लागते म्हणतेस! त्या मजकुराचीच स्वप्नं पडू लागतात. हं बोला, ललिताबाई, बोला.'

मनाचे समुद्रमंथन करून त्याच्यातून ललितेने एक वाक्य कसेबसे बाहेर काढले होते - मला सध्या लग्न करायचं नाही. सारा धीर एकवटून तिने तात्यांच्या नजरेला नजर भिडविली आणि ती म्हणाली,

'तात्या, मला-'

बाहेर मोटारीचे हॉर्न वाजले. ललितेचे वाक्य अर्धेच राहिले. मोटारीचा तो आवाज सर्वांच्या ओळखीचा होता. रात्रीचे दहा वाजून गेल्यावर काकासाहेब कशाला आले असावेत, हे तात्यांना नि ललितेला काही केल्या कळेना!

कोण आले, हे पाहण्याकरिता ललिता तात्यांच्या खोलीबाहेर पडली. इतक्यात आई व तिच्या मागून कमलाकर जिना चढून वर येत असलेली तिला दिसली. लगबगीने ती खोलीत परत आली. कोपऱ्यातली एक खुर्ची अलगद उचलून तिने तात्यांच्या समोर ठेवली. कमलाकराला पोचवून आई दारातून निघून गेली. कमलाकराने हसतमुखाने दोघांना नमस्कार केला. त्याचा नमस्कार स्वीकारताना ललितेला थोडे संकोचल्यासारखे झाले. कमलाकर खुर्चीत बसल्यावर तात्या म्हणाले,

'दिल्लीहून केव्हा आलात?'

मनगटावरच्या घड्याळाकडे पाहत कमलाकर हसत उद्गारला,

'बरोबर एक तास सत्तावीस मिनिटं झाली.'

'मग इतक्या घाईनं इकडं--'

'काही काही कामं लग्नघाईनंच उरकावी लागतात. नाही?'

हे बोलता-बोलता कमलाकराने आपल्याकडे अर्थपूर्ण कटाक्ष टाकला, असा ललितेला भास झाला. लगेच तिला वाटले, तो तर तात्यांच्याकडेच पाहत आहे. आपले मन उगीचच - माणसाचे मन मोठे विचित्र असते. ते एक मयसभा निर्माण

करते आणि मग तिथे पदोपदी अडखळून पडू लागते.

कमलाकराकडे पाहत तात्यांनी विचारले,

'जेवणबिवण झालं ना?'

'जेवायला फुरसद आहे कुणाला इथं? काकासाहेबांनी आल्यापावली कारखान्यावर मगनभाईकडं जायला सांगितलं. लगेच काढली गाडी बाहेर. पण काही केल्या कारखान्याच्या रस्त्याला जायला तयार होईना ती! एकसारखं वाटत होतं, आधी तुमच्या घरी यावं, पोटभर पेढे खावेत-'

तात्या आश्चर्याने त्याच्याकडे पाहू लागले. ललिताही गोंधळून गेली. अगदी लग्न ठरल्यासारखे कमलाकर का बोलतोय्, हे तिला कळेना!

खुर्चीच्या पुढच्या उजव्या पायाला टेकून ठेवलेल्या कातडी बॅगमधून भला मोठा पेढ्यांचा पुडा काढीत कमलाकर तिच्याकडे वळून म्हणाला,

'तुम्ही वाटायला हवेत हं हे पेढे!'

भुवया आकुंचित करून ललितेने प्रश्न केला,

'मी?'

स्मित करीत कमलाकर उत्तरला,

'यंदाच्या बी. ए च्या परीक्षेतलं मराठीचं सुवर्णपदक तुम्हांला मिळालंय्. मला नाही!'

सारी खोली गरगर फिरत आहे, असे क्षणभर ललितेला वाटले. दुसऱ्या क्षणी तिने तात्यांच्याकडे पाहिले. केवढ्या अभिनानाने ते तिच्याकडे बघत होते.

त्यांनी कमलाकराला प्रश्न केला,

'आधी कसा कळला निकाल तुम्हांला?'

कमलाकर खो खो हसत उद्गारला.

'त्यात काय आहे इतकं अवघड? प्रत्येक घराला मागचं दार असतंच असतं. त्या घरातले सारे चोरटे व्यवहार त्या दारानं होतात. देशातल्या मोठमोठ्या व्यवहारांना जिथं हे दार आहे, तिथं विद्यापीठाची काय कथा?'

तात्या काहीच बोलले नाहीत. कमलाकराने ललितेच्या परीक्षेचा निकाल वाममार्गाने मिळविला, ही गोष्ट त्यांना आवडली नसावी. एखादे वेळी रागारागाने ते आपले हे मत बोलून दाखवितील, उत्तरे-प्रत्युत्तरे होऊन त्यांचा संताप वाढणे त्यांच्या विकाराच्या दृष्टीने बरे नव्हे, असे ललितेला वाटले. ती एकदम तात्यांना म्हणाली,

'आईला भातपिठलं करायला सांगते आणि पेढेही देऊन येते.'

खाली जाण्याकरिता ती उठली सुद्धा. पण कमलाकर तिला म्हणाला,

'आईंना नका त्रास देऊ. तुमच्या या यशानं माझी सारी तहानभूक हरपलीय. शिवाय कारखान्यावर मला लवकर पोचायला हवं. काकासाहेब सध्या परीक्षा घेताहेत

माझी! माझ्या पाठोपाठ दुसरी मोटार त्यांनी पाठविलीसुद्धा असेल तिकडं. तुम्ही आईंना पेढे देऊन या नि - ' तात्यांच्याकडे वळून तो उद्गारला, 'माझ्याबरोबर ह्या तासभर मोटारीतून फिरून आल्या, तर चालेल ना? या दिल्लीच्या प्रवासात माझं मन कसं आबूंन गेलंय्. ती हिंदी भाषा, ते दाढीवाले लोक, ती डाळरोटी आणि लस्सी - आपल्या प्रांतांत, आपल्या भाषेत, आपल्या माणसाशी गप्पा झोडायची भूक लागलीय् मला!'

तात्यांनी ललितेच्या जाण्याला संमती दिली. दोघेही खाली येऊन गाडीत बसली. कमलाकर गाडी चालवू लागला. सत्तर-ऐंशीच्या वेगाने त्याने गाडी सोडली. ललितेची छाती धडधडू लागली. तिच्या मुद्रेवरली भीतीची अस्पष्ट छाया कमलाकराच्या लक्षात आली, की नाही, कुणाला ठाऊक! पण जणू काही स्वत:शीच बोलत असल्यासारखे तो म्हणाला,

'हा कसला आलाय् वेग? मोटारीपेक्षा विमान चालविण्याची फार हौस आहे मला. मोठमोठ्या महासागरांवरून, उंच उंच बर्फाच्छादित शिखरांवरून, मुंबई आणि कलकत्त्यासारख्या चाळीस चाळीस लाखांच्या अफाट शहरांवरून एखाद्या गरुडपक्ष्याप्रमाणं वेगानं उडत जाणं ही केवढी आनंदाची गोष्ट आहे!'

एका हाताने मोटार चालवीत आणि दुसऱ्या हाताने सिगारेट ओढीत भरधाव वेगाने जाणाऱ्या कमलाकराकडे शेजारी बसलेली ललिता चकित दृष्टीने पाहू लागली. अंधार कापीत मोटारीचा प्रकाश झरझर पुढे सरकत होता. त्या प्रकाशामागून मोटार पळत होती. जणू काही ते कमलाकराच्या मनाचे प्रतीक होते. त्याच्या आकांक्षेच्या प्रकाशरेखेपुढे विश्वातला सारा काळोख थरथर कापून दूर कुठे तरी लपायला जाईल, अशी कल्पना तिच्या मनात आली. उंचावरून खाली कोसळणाऱ्या प्रचंड धबधब्याकडे किंवा सिंहाच्या पिंजऱ्यात ऐटीने शिरणाऱ्या सर्कशीतल्या खेळाडूकडे पाहावे, तशा भय आणि आदर यांनी मिश्रित अशी दृष्टीने ललिता टक लावून त्याच्याकडे पाहू लागली.

कोटाच्या डाव्या खिशात हात घालीत कमलाकर म्हणाला,

'तुमची क्षमा मागायला हवी मला! उभ्या आयुष्यात आज पहिल्यांदा चोरी केली मी! नि तीसुद्धा कुणाची? तर तुमची!'

त्याचे बोलणे ललितेला एखाद्या कोड्यासारखे वाटले. ती स्तब्ध राहिली.

कोटाच्या डाव्या खिशातून दोन पेढे काढीत तो म्हणाला,

'मघाच्या पुड्यातले दोन पेढे मी आधीच काढून खिशात घातले होते. अगदी राहवेना मला! तुमचे पेढे आम्ही खाल्ले, तरी माझे पेढे तुम्ही खाल्याशिवाय -- घ्या हे!'

किंचित् संकोचाने ललितेने आपला उजवा हात पुढे केला. कमलाकराने तिच्या

हातावर ते दोन पेढे ठेवले. ते ठेवताना त्याच्या बोटांचा अधिक निकटचा स्पर्श आपल्या तळहाताला झाला, असा तिला भास झाला. ती रोमांचित झाली आणि - आणि थोडीशी शहारली. दोन्ही पेढे आपण कसे खायचे, हा प्रश्न तिच्यापुढे पडला. त्यांतला एक अंगठा आणि त्याच्या जवळचे बोट यांच्यांत धरून तिने अलगद त्याच्या डाव्या हातावर ठेवला. तो पेढा घट्ट धरण्याकरिता पुढे केलेल्या कमलाकराच्या हाताची बोटे क्षणभर दुमडली, असे ललितेला वाटले. किती ओझरता स्पर्श होता तो! पण वाऱ्याच्या मंद झुळकीने कुठल्या तरी सुंदर अज्ञात मंदिराचे प्रवेशद्वार सताड उघडावे, तशी ललितेच्या मनाची स्थिती झाली. अंधार-कारखाना-मगनभाई-कमलाकर दिल्लीला कशाला गेला होता?--या कारखान्याजवळच्या खेड्यात उल्काताई हरिजनांचे एक वसतिगृह चालवितात. त्या आता भेटतील का? - त्यांची ती जहाल मुलगी विमल कुठाय्? ती भेटली, तर दिवाकराचा सध्याचा पत्ता आपल्याला तिला विचारता येईल. इत्यादी अनेक गोष्टींनी घर सोडल्यापासून तिच्या अंतर्मनात मांडलेला गोंधळ क्षणार्धात कुठल्याकुठे नाहीसा झाला. कमलाकराच्या त्या स्पर्शाभोवती तिचे मन रुंजी घालू लागले. तिने खिडकीतून बाहेर पाहिले. आभाळात किती किती चांदण्या हसत होत्या.

त्या चांदण्यांवरून ललितेची दृष्टी खाली वळली. अंधारातही रस्त्याच्या बाजूला पसरलेल्या मजुरांच्या झोपड्यांची आणि छोट्या छोट्या मातीच्या घरांची अस्पष्ट जाणीव तिला झाली. पोटासाठी दिवसभर राबणारे ते जग आता निद्रामग्न झाले होते. वस्तीच्या अगदी पलीकडच्या टोकाला भसाड्या आवाजाने कुणीतरी मनुष्य तुकारामाच्या अभंगासारखे काहीतरी म्हणत होता. दम्याने किंवा खोकल्याने झोप न येणारा एखादा म्हातारा मजूर असावा तो!

गाडी दोन-तीन फर्लांग पुढे आली. पहारेकऱ्याचा सलाम घेऊन ती कारखान्याच्या प्रवेशद्वारातून ऐटीने आत वळविली. क्षणार्धात ती मगनभाईच्या बंगल्यासमोर उभी राहिली. सारा बंगला शांत होता. मात्र चार-पाच ठिकाणी निळे विजेचे दिवे जळत होते. दुसऱ्या मजल्यावरल्या दिवाणखान्यात कुणीतरी रेडिओशी चाळवाचाळव करीत असावे. परभाषेतल्या गाण्याचे अर्धवट सूर, जोरजोराने उच्चारलेले कुठल्यातरी भाषणातले दहा-वीस शब्द, मधेच निर्माण झालेला खरखराट यांचे ते विचित्र मिश्रण ऐकतच ललिता गाडीतून खाली उतरली. तिने डोळे भरून बंगला पाहिला. त्याच्या सौंदर्याने ती मुग्ध झाली. लहानपणी कोकणात आजीच्या घराजवळच्या तळ्यात पूर्णपणे उमललेले कमळ तिने पहिल्यांदा पाहिले, तेव्हा ती आनंदाने टाळ्या पिटीत नाचू लागली होती. तेव्हासारखे आताही तिचे मन उत्फुल्ल होऊन गेले.

कमलाकराने हॉर्न वाजविताच वरच्या दिवाणखान्यांतून कुणीतरी खिडकीपाशी आले आणि दिव्याचे बटन दाबून खाली अंगणात प्रकाशाचा झोत टाकला. लगेच

वाकून पाहत ती व्यक्ती म्हणाली,

'ओ हो हो! या-या-दिल्लीहून केव्हा आलात?' गुजराथी पद्धतीचा हेल असलेले ते शुद्ध मराठी शब्द मगनभाईंनीच उच्चारले होते, हे ललितेने ओळखले. मात्र आताचा त्यांचा पोशाख पाहून ती चकित झाली. पूर्वी तिने त्यांना सभेत आणि सार्वजनिक समारंभांत दुरून पाहिले होते. खादीचा नेहरू शर्ट आणि खादीचे धोतर हा त्यांचा कायमचा पोशाख आहे, अशी त्यावरून तिची समजूत झाली होती. एका गांधीजयंतीला तात्यांचे व्याख्यान होते. त्यादिवशी मगनभाई खादीच्या पोशाखातच आले होते. तात्या त्यांना आपल्या शेजारी खुर्चीवर बसवू लागले. पण मगनभाई काही केल्या कबूल होईनात! व्यासपीठावर उजव्या बाजूला एका टेबलावर गांधीजींचा फोटो हार घालून ठेवला होता. त्या फोटोच्या पायांशी जाऊन ते बसले. ती गोष्ट ललितेला आठवली आणि आताचा त्यांचा तलम रेशमी शर्ट नि नाजूक उंची किमतीचे धोतर यांच्याकडे लक्ष जाताच एका विचित्र विसंगतीच्या जाणिवेने ती गोंधळली.

वरचा दिवा लागताच दार उघडण्याकरिता नोकर धावत आला होता. कमलाकर व ललिता जिना चढू लागली, न लागली, तोच मगनभाई दहा-बारा पायऱ्या लगबगीने उतरून खाली आले आणि कमलाकराचे दोन्ही हात आपल्या हातांनी घट्ट धरून हलवीत म्हणाले,

'सब कुछ ठीक?' कमलाकर उत्तरला,

'हां, जनाब, सब कुछ ठीक आहे!'

ललितेला या सांकेतिक वाटणाऱ्या प्रश्नोत्तरांचा अर्थ नीटसा कळला नाही. ती दिवाणखान्यात येताच मगनभाईकडे वळून कमलाकर म्हणाला,

'यांची थोडी ओळख करून देतो हं! आपले संपादक तात्यासाहेब आहेत ना? त्यांच्या या कन्यका - मोठ्या विदुषी आहेत. यंदाच्या बी.ए. च्या परीक्षेत-'

कमलाकराच्या विदुषी या शब्दाने ललितेला गुदगुदल्या झाल्या. पण लगेच तिला संकोचल्यासारखे वाटले. तिने डोळ्यांच्या खुणेने कमलाकराला सुचविले,

'पुरे, पुरे हं! उगीच नका हरभऱ्याच्या झाडावर चढवू मला!'

ललितेच्या बी. ए. च्या निकालापेक्षा मगनभाईंना इतर काही गोष्टींची निकड होती, असे दिसले. तिला रेशमी अभ्राने आच्छादिलेल्या एका उंची कोचावर बसण्याचा आर्जवी स्वराने आग्रह करीत ते म्हणाले,

'यांना मी जरा पळवून नेतोय्! माफ करा हं! आणि कृपा करून ही बातमी वडलांच्या उद्याच्या वर्तमानपत्रात देऊ नका!'

लगेच दारावरला पडदा दूर करून ते दोघे आंतल्या खोलीत अदृश्य झाले. हे सारे दिल्लीचे गुप्त काम आहे, एवढे ललितेने ताडले. पण ते काय असावे, याचा तर्क करण्यात तिचे मन रमेना. ती उठली आणि दिवाणखान्यातल्या विविध सुंदर वस्तू पाहू

लागली. कोपऱ्यातला डौलदार रेडिओ तिला फार आवडला. लगेच तिला वाटले, यंदा रेडिओ घ्यायचा, असे तात्या गेली कितीतरी वर्षे घोकीत आहेत. त्यांना सतार, बीन, दिलरुबा वगैरेंचे वादन फार फार आवडते. पण ते कधी ऐकायलाच मिळत नाही त्यांना! बोलता येऊ लागलेल्या मुलापेक्षा चार-सहा महिन्यांच्या बालकाचे डोळे जसे अधिक भावपूर्ण वाटतात, तसे गायनापेक्षा वादन आपल्या भावना अधिक लवकर जागृत करते, असे ते नेहमी म्हणतात. आपल्या घरी रेडिओ असता, तर दिवसाकाठी त्यांचे तास, दोन तास मोठ्या मजेत गेले असते, नादुरुस्त प्रकृतीचा त्रास त्यांना हलका करून घेता आला असता. आता परीक्षेचा निकाल लागल्याबरोबर कुठेतरी मास्तरीण व्हायचे आणि चार-पाचशे रुपये जमवून दिवाळीला तात्यांना छानसा रेडिओ देऊन चकित करायचे!

या सुखद संकल्पाच्या उन्मादातच ती दुसऱ्या कोपऱ्याकडे वळली. तिथे गांधींचा मोठा सुंदर उभा पुतळा होता. त्या पुतळ्याशेजारीच एक छोटेसे नक्षीदार पुस्तकांचे कपाट होते. तिने निरखून त्यातली पुस्तके पाहिली. गुजराती, इंग्रजी आणि मराठी या तिन्ही भाषांतले गांधी-वाङ्मय होते ते! त्या कपाटातल्या एका इंग्रजी पुस्तकावर ललितेची नजर स्थिर झाली. My experiments with truth गांधीजींचे आत्मचरित्र. या आत्मचरित्राला 'सत्याचे प्रयोग' असे नाव त्यांनी का बरे दिले? गांधीजींनी तर आमरण साऱ्या मानवतेची सेवा केली!

ललिता वळून समोरच्या कोपऱ्याकडे पाहू लागली. तिथे स्त्रीचा एक नग्न पुतळा दिसला तिला! तो पुतळा व्हीनसचा असावा, हे तिच्या लक्षात आले. तिने तसले चित्र पूर्वी एक-दोनदा पाहिले होते. तो पुतळासुद्धा गांधींच्या पुतळ्याइतकाच सुंदर होता. पण बापूजींच्या पुतळ्यासमोरच तो मांडणे उचित नाही, असा विचार तिच्या मनाला चाटून गेला. तो पुतळा जवळून पाहण्याकरिता ती पुढे होणार, इतक्यात कमलाकर व मगनभाई दिवाणखान्यात आले. दोघेही मन:पूर्वक हसत होते. येता-येता मगनभाईने कमलाकराच्या हातावर दिलेली टाळी तिने ऐकली. मगनभाई पुढे येऊन आपल्या मनगटावरच्या घड्याळाकडे पाहत म्हणाले,

'हे पाहा ललिताबेन, आता पंधरा मिनिटं रेडिओवर मस्त गाणी आहेत. नवीनच गाणारी आहे कुठली! पंधरा दिवसांपूर्वी मी तिचा पहिला कार्यक्रम ऐकला आणि अगदी खूश होऊन गेलो तिच्या गळ्यावर! म्हणून आज मुद्दाम - माफ करा हं! गाणं सुरू सुद्धा झालं असेल-'

लगबगीने रेडिओजवळ जाऊन मगनभाईंनी घाईघाईने मुंबई स्टेशन लावले. ललिता व कमलाकर समोरासमोरच्या कोचावर बसली. गाण्याचे शब्द स्पष्ट ऐकू येऊ लागले. 'हा कोण, गडे, आला-हा कोण, गडे, आला?' ते सूर कानांवर पडताच ललितेला परदेशात कुणीतरी जिवलग माणूस अकस्मात भेटावे, तसा हर्ष झाला.

शैलजा--शैलजाच गात होती ती! वसतिगृहातले ते रम्य पण किंचित बालिश जीवन ललितच्या डोळ्यांपुढून झर्रकन् सरकले. तिला वाटले, शैला मोठी धीट आणि हुशार आहे, यात काही शंका नाही. इतक्यात रेडिओचे काम सुद्धा मिळविले या लबाड पोरीने!

थोड्या वेळाने दुसरे गाणे सुरू झाले. राधाकृष्णाच्या चोरट्या प्रेमसंबंधाचे वर्णन होते त्यात! राधा कृष्णाला म्हणत होती, 'असा पुढच्या दारावर टिचक्या मारू नकोस! हे उन्हाळ्याचे भयंकर दिवस. सारी मंडळी सोप्यावर आणि अंगणात झोपलेली असतात. देवळातला दोन प्रहराचा चौघडा वाजला, की चोरपावलांनी मागल्या दारी ये. मग मी तुझी नि तू माझा!' गाण्याचे शब्द मोठे गोड, लुसलुशीत होते. शैलजा ते म्हणत होतीही चांगले! पण या वर्णनातला गहिरेपणा आणि उत्तानपणा ललितेला असह्य झाला. रेडिओपाशी बसलेल्या मगनभाईची पाठ तिच्याकडे वळली होती. पण माना डोलवीत त्यांनी मांडीवर ताल धरला होता, हे तिला दिसले. संकोचलेल्या दृष्टीने तिने कमलाकरकडे पाहिले. तो गाण्यात अगदी रंगून गेला होता. ललिता आपल्याकडे पाहत आहे, हे लक्षात येताच तो हसला. त्या हसण्याने ती अधिकच शरमली.

तिसरे गाणे सुरू झाले, न झाले, तोच दारावरली घंटा मोठ्यामोठ्याने खणखणली. मगनभाई चिडून खुर्चीवरून उठले आणि खिडकीपाशी जाऊन दिवा लावून खाली पाहू लागले. लगेच त्यांनी झटक्याने आत मान फिरविली. त्यांच्या कपाळावर एक आठी स्पष्ट दिसत होती. ते कमलाकराला म्हणाले,

'तुम्ही दोघं जरा आतल्या खोलीत बसलात, तर बरं होईल. माफ करा हं, ललिताबेन! पण आमचा हा धंदाच मोठा विचित्र आहे. हरतऱ्हेची माणसं आम्हांला राजी राखावी लागतात,

ललितेला घेऊन कमलाकर आतल्या खोलीत गेला. ती दिवाणखान्यापेक्षाही अधिक शृंगारलेली होती. पण तो सारा शृंगार ऐहिक होता. गांधीजी अथवा त्यांची पुस्तके असली आध्यात्मिक गोष्ट तिथे औषधाला सुद्धा आढळली नसती. तिथला सारा थाट पाहता-पाहता ललितेच्या कानांवर मगनभाईचे मिठ्ठास शब्द आले,

'या उल्कादेवी, या कॉम्रेड विमल!'

ललिता धावतच दारापाशी आली आणि पडदा किंचित किलकिला करून पाहू लागली. बाहेर आलेल्या दोघीही बायका खोलीच्या दाराकडे तोंड करून बसल्या होत्या. उल्काताई किंचित अंग सुटलेल्या, निम्मेशिम्मे केस करडे होऊ लागलेल्या; पण मुद्रेवरून मोठ्या शांत आणि विचारी दिसत होत्या. त्यांच्याजवळ बसलेली विमल मात्र एकसारखी बसल्याजागी चुळबुळ करीत होती. ती आईपेक्षा पुष्कळच उंच, अशक्त नसली, तरी गालाची हाडे वर आलेली आणि चेहऱ्यावरून थोडीशी

पुरुषी वाटणारी वीस-बावीस वर्षांची तरुणी होती. तिला रूप असे मुळीच नव्हते. पण मगनभाईंकडे पाहण्याकरिता म्हणून तिने जेव्हा ललिता उभ्या असलेल्या दाराकडे आपली दृष्टी पूर्णपणे वळविली, तेव्हा तिचे डोळे असे लखलखले!

मगनभाई मृदू स्वराने उल्काताईना म्हणाले,

'इतकं निकडीचं काम होतं, तर निरोप धाडायचा होता. गाडी पाठवून दिली असती. नाही तर मीच आलो असतो बोर्डिंगांत!'

शुष्क हास्य करीत उल्काताई उद्गारल्या,

'तसं काही मोठं काम नाही. पण--' क्षणभर स्तब्ध राहून गंभीर स्वराने त्या म्हणाल्या, 'विमल आज संध्याकाळी आली. पुण्याहून, का तेलंगणातून, ते तिचं तिला ठाऊक! लवकरच काकासाहेब आपल्या पुतण्याला दत्तक घेणार आहेत ना? त्या बाबतीत तिचं माझं थोडं बोलणं झालं. तिचं - म्हणणं मला पटलं. फार दिवसांनी आम्हां मायलेकींचं एकमत होण्याचा योग आला हा! तेव्हा म्हटलं, ते आपल्या कानांवर घालावं, आपण ते काकासाहेबांना पटवून दिलंत, तर--तर आम्हा गांधीवादी कार्यकर्त्यांवर मोठे उपकार होतील.'

दत्तकाचा उल्लेख होताच कमलाकर उठून आपल्या पाठीमागे येऊन उभा राहिला आहे, याची ललितेला कल्पना आली. त्याचा श्वास किती जवळून जाणवला तिला! जणू काही तो तिच्या केसांचा वास घेत होता. त्याची काहीतरी थट्टा-

बाहेर विमल जोरजोराने बोलू लागली होती. तिने विचारले,

'शेठजी, काकासाहेबांचा गांधीवादावर विश्वास आहे ना?'

मगनभाई उद्गारले,

'हा काय प्रश्न झाला? त्यांची गांधीभक्ती सारं जग जाणतंय्!'

विमलने खोचक स्वरात पुन्हा केला,

'आणि तुमचा?'

मगनभाईंनी उत्तर दिले,

'काकासाहेब आणि आम्ही काही दोन नाही.'

किंचित विजयी स्वराने विमल पुढे बोलू लागली,

'मग या वेळी एक गोष्ट तुम्ही अवश्य केली पाहिजे. श्रीमंत लोक हे जनतेच्या पैशाचे ट्रस्टी आहेत, असं गांधीजी नेहमी म्हणत. काकासाहेबांनी खरं करून दाखविलं पाहिजे ते आता! या कारखान्यात त्यांनी लाखो रुपये मिळविले आहेत. मग कामगारांच्या श्रमावर कमावलेले ते लाखो रुपये काकासाहेबांनी त्यांनाच परत का देऊ नयेत? तशी व्यवस्था करा. लगेच मी माझ्या साऱ्या चळवळी सोडून देते. सुखी कामगारांची एक नमुनेदार वसाहत निर्माण करण्याकरिता इथं येऊन तुम्ही सांगाल ते काम जन्मभर करीत राहते. काकासाहेबांनी एक सोडून शंभर मुलगे दत्तक घ्यावेत.

त्या सर्वांना भरपूर आयुष्य लाभावं, म्हणून इथले मजूर हवा तर दरवर्षी सत्यनारायण करतील. त्या दत्तकाशी आमचं भांडण नाही. प्रश्न आहे तो पैशाचा— कामगारांच्या जिवावर मिळविलेल्या संपत्तीचा, तिच्या योग्य विनियोगाचा, गांधीचं तत्त्वज्ञान हे प्रत्येक धर्माच्या शिकवणुकीप्रमाणं पुस्तकातच राहणार आहे, की ते आचरणात येणार आहे, याचा, गांधीवादाचा उदो उदो करणाऱ्या मंडळींत खरी श्रद्धा किती आहे — याचा!'

मगनभाईंची पाठ दाराकडे होती. त्या पाठीच्या हालचालीवरून सुद्धा ते अस्वस्थ झाले आहेत, हे ललितेच्या लक्षात आले. पण गप्प बसून ते पराभव मान्य करतील - ते शक्य नव्हते - ते ताडकन् उद्‌गारले,

'गांधीजींना कुणावर सक्ती करायची नव्हती कॉम्रेड! सक्ती म्हणजे बळजबरी - सक्ती म्हणजे हिंसा - सक्ती म्हणजे अत्याचार. श्रीमंतांनी आपखुशीनं आपली संपत्ती गरिबांना द्यावी, दरिद्रीनारायणाच्या कल्याणासाठी त्यांनी ती संभाळावी, अशी गांधीजींची इच्छा होती.'

मर्मभेदक आणि औपरोधिक हास्य करीत किंचित तीक्ष्ण स्वराने विमल उद्‌गारली, 'श्रीमंतांनी आपखुशीनं आपली संपत्ती गरिबांना द्यावी? मांजरानं चुलीवरचं दूध चोरून न पिता ते उंदराच्या पिलांसाठी संभाळावं, असं कुणी मला सांगितलं, तर ते मी मुकाट्यानं ऐकून घेईन, पण सारे नवकोटनारायण राजीखुशीनं आपली बँकबुकं दरिद्रीनारायणांच्या हवाली करतील, ही कल्पना मला-'

आईने मागून दंडाला बारीकसा चिमटा घेतल्यामुळेच, की काय, विमल एकदम थांबली आणि व्याख्यानाचा सूर बदलून अगदी शांत स्वराने म्हणाली,

'ह्या कोपऱ्यातल्या कपाटाची किल्ली द्या जरा मला! म्हणजे या महत्त्वाच्या बाबतीत गांधीजींचं खरं काय मत होतं, हा वाद निकालात निघेल. मी त्यांची अगदी स्पष्ट वाक्यं काढून दाखविते. श्रीमंत आपल्या संपत्तीचे मालक नाहीत. ते तिचे ट्रस्टी आहेत, विश्वस्त आहेत!'

आपल्या समर्थनार्थ गांधीजींच्या ग्रंथांचा आधार घेण्याची मगनभाईंची इच्छा दिसली नाही. मात्र प्रतिपक्षावर मात करण्याइतका महत्त्वाचा मुद्दा त्यांना सुचला असावा, असे ज्या आवेशाने त्यांनी आपली खुर्ची मागे सरकावली त्यावरून ललितेला वाटले. लगेच विमलकडे पाहत ते म्हणाले,

'गांधीजी जगाला फार चांगली आध्यात्मिक शिकवण देऊन गेले. पण ती पाळण्यासारखी आपल्या देशाची परिस्थिती कुठाय्? गांधीजींना संपूर्ण अहिंसा हवी होती. पोलीस, लष्कर, असली लफडी त्यांना बिलकुल पसंत नव्हती. पण आज तर आपलं सरकार नवी जहाजं खरेदी करतंय्, वैमानिक तयार करतंय्, लष्कर भरतीकरता तरुणांना आमंत्रण देतंय्! बिचाऱ्या सरकारची तरी काय चूक आहे यात? इकडं

पाकिस्तान, तिकडं रशिया, या बाजूला कम्युनिस्ट होत आलेला चीन--'

'राजकारणाच्या गोष्टी आपण सवडीनं बोलू, शेठजी!' विमल टोमणा मारण्याच्या स्वरात उद्‌गारली, 'गांधीजींची तत्त्वं पाळतां येत नाहीत, याबद्दल तुम्हांला कुणी दोष देणार नाही. पण जी तत्त्वं सत्यसृष्टीत उतरणं कठीण आहे, त्यांचा उठल्यासुटल्या तुम्ही उदोउदो कशाला करता? या दुर्दैवी देशात विचारी माणसं थोडी. मुकी मेंढरंच फार. त्या मेंढरांना आंधळेपणानं असल्या गोष्टीवर विश्वास ठेवायला का शिकविता? कम्युनिझमला हरघडी शिव्या का देता? विनोबा भाव्यांनी किंवा साने गुरुजींनी त्याला विरोध केला, तर त्यांच्यावर मी रागावणार नाही. पण तुमच्यासारखी लाखो श्रीमंत ढोंगी माणसं आज या देशात गांधींच्या आणि त्यांच्या शिकवणुकीच्या नावाखाली जो धुमाकूळ घालीत आहेत--'

विमलने आईकडे पाहिले. किंचित जीभ चावल्यासारखे करून समोरच्या गांधींच्या पुतळ्याकडे पाहत ती स्वस्थ बसली. आता मगनभाई तिला काहीतरी कठोर उत्तर देतील आणि भांडणाचा भला मोठा भडका उडेल, अशी ललितेला भीती वाटू लागली. तिने मागे वळून कमलाकराकडे पाहिले. चित्रातल्या बुद्धमूर्तीप्रमाणे तो डोळे मिटून स्वस्थ होता. बाहेर चाललेल्या वादविवादाशी, नाही म्हटले, तरी त्याचा निकटचा संबंध होता. त्यामुळे त्याच्या मनाची चलबिचल उडाली असावी, अशी ललितेची कल्पना झाली होती, ती सपशेल चुकलेली पाहून तिला आश्चर्य वाटले.

तिने आपली नजर दिवाणखान्याकडे वळविली. तिथले शब्द ऐकून तर तिला आश्चर्याचा अधिकच मोठा धक्का बसला. मगनभाई विमलला मघाइतक्याच आर्जवी स्वराने विचारीत होते,

'काय घेणार? कॉफी, की सरबत?'

विमलने मानेने काही नको असे सुचविले. लगेच उल्काताई म्हणाल्या,

'काही तसदी घेऊ नका, शेटजी! मी तर हल्ली रात्री काही घेत नाही, ठाऊकच आहे तुम्हांला!' लगेच विमलचा भुंडा हात आपल्या हातात घेऊन त्यांच्याकडे क्षणभर वात्सल्याने पाहत त्या म्हणाल्या, 'मी थोडी बोलू का? माझी विमल आहे जादा जहाल. थोडीफार फटकळ. अनेक माणसं तरुणपणी अशी असतात म्हणा. कृपा करून तिचे बोलणं तुम्ही मनावर घेऊ नका. तिचा मुद्दा मात्र बरोबर आहे, असं मला वाटतं. दहा दहा, वीस वीस वर्षं खेडेगावांतून काम करीत आलेली आम्ही गांधीवादी माणसं गोरगरिबांना एकसारखं सांगत आलो - स्वराज्य मिळाल्यावर तुमचे हाल कमी होतील, श्रीमंत-गरिबांतलं राक्षसी अंतर नाहीसं होईल, सर्वांना सारखं लेखणारी, अन्नवस्त्र देणारी समता समाजात स्थापन होईल. स्वराज्य आलं; पण ती समता आली नाही. दीन, दरिद्री अडाणी लोक आणि लक्षावधी सुशिक्षित माणसं तिच्या वाटेकडे डोळे लावून बसली होती. स्वराज्य आलं, पण गरिबी गेली

नाही. मांत्रिकाला पाहताच पिशाच कूड सोडून पळून जातं, अशी खेड्यापाड्यांत समजूत असते. स्वराज्य येताच गरिबी तशी नाहीशी होणार आहे, अशी आम्हीच या लोकांची कल्पना करून दिली होती. पण त्यांना अनुभव आला, तो नेमका उलटा. विमलसारखी माणसं म्हणतात, हा सारा दोष सध्याच्या सरकारचा आहे. मला तसं वाटत नाही. पण एक गोष्ट उघड आहे. आजची माणसाला जनावरं करणारी ही विषमता, साध्यासुध्या माणसाला गुन्हेगार बनवणारी ही गरिबी, जगण्यापेक्षा मरणं सुखावह वाटायला लावणारी ही परिस्थिती दूर व्हायलाच हवी! गांधीवादानं हे काम केलं नाही, तर ते समाजवाद करील, साम्यवाद करील, नाहीतर आणखी दुसरा कुठला तरी वाद करील.'

मगनभाई मधेच म्हणाले,

'तुमचं सारं बोलणं बरोबर आहे, उल्कादेवी! ते मला पटतं. ते ऐकून काळीज तिळतिळ तुटतं. पण तुम्हीच सांगा, मी नि काकासाहेब हरिजनांच्या वसतिगृहाचा सारा खर्च चालवितो, हे खरं आहे ना? तुमची कीर्ती ऐकून काकासाहेबांनी मुद्दाम या कामासाठी कोकणातून तुम्हांला इथं आणलं. तुम्ही ते काम फार छान चालविलंय्. तुम्हीच सांगा - ह्या बोर्डिंगाचा खर्च काय आहे?'

उल्काताई संथपणाने उत्तरल्या,

'पंधरा हजार!'

मगनभाई किंचित विजयी स्वराने उद्‌गारले,

'तो तीस हजार होऊ दे, पसतीस हजार होऊ दे. काकासाहेब मागं हटणार नाहीत. मी माघार घेणार नाही. मोठं चांगलं काम आहे! 'वैष्णवजन तो तेने कहिये' या बापूजींच्या आवडत्या भजनात जे सांगितले आहे, ते--'

काहीतरी कठोर शब्द उच्चारण्याकरिता विमलच्या ओठांची हालचाल झाली. मग एकदम वीज लखलखावी, तशी तिच्या डोळ्यांत क्रोधाची छटा चमकून गेली. पण उल्काताईंनी तिला बोलू दिले नाही.

मगनभाई मघांपेक्षाही विजयी स्वराने बोलू लागले.

'गावातला गांधी चौकातला पूज्य महात्माजींचा पुतळा कुणी उभारला, ते तुम्हीच सांगा. साऱ्या गावानं फक्त पंचवीस हजार रुपये गोळा केले आणि आम्ही दोघांनी - काकासाहेबांनी नि मी पंचवीस हजार रुपये भरीला घातले. आमच्या तिजोरीला दानाच्या अशा शंभर तोट्या लावलेल्या आहेत. पाणी सारखं बाहेर जात असतं. तहानलेल्या लोकांना ते मिळतं. आनंदाची गोष्ट आहे. देवाची इच्छा. देणारा देव. द्यायला लावणाराही देव. या दत्तकाच्या निमित्तानं कुठल्या तरी चांगल्या कामाला पाच-दहा हजारांची देणगी मागा, कॉम्रेड! उद्या सकाळी तो चेक उल्कादेवीच्या हातांत पडेल. पण तुम्ही सुचविलेली गोष्ट मात्र -' क्षणभर थांबून आपली करंगळी दातांनी

कुरतडल्यासारखी करीत ते म्हणाले,

'दत्तक घेणं किंवा न घेणं हा ज्याचा त्याचा प्रश्न आहे. काकासाहेबांच्या या खाजगी गोष्टीत कुणी ढवळाढवळ करणं -अगदी त्याच्या धंद्यातल्या भागीदारानं सुद्धा-'

उल्काताई शांतपणे म्हणाल्या,

'मला हे कळतं. पण काकासाहेबांनी या कारखान्यातून मिळविलेली सारी संपत्ती ही त्याची खाजगी बाब कशी होते? गांधीजींच्या दृष्टीनं तरी ते या पैशाचे विश्वस्त आहेत, मालक नाहीत. गांधीवादाची कसोटीची वेळ हीच आहे. गांधींचे पुतळे उभारायला पाण्यासारखा पैसा देणाऱ्या आणि त्या पुतळ्यांची पूजा करणाऱ्या श्रीमंतांनी त्यांची तत्त्वं आचरणात आणली नाहीत, तर-तर काय होईल, हे भविष्य मी कशाला वर्तवू? आपणा सर्वांनाच दहापंधरा वर्षांत-कदाचित पाच-सात वर्षांतच ते पाहायला मिळेल.'

उल्काताईंनी एकदम हात जोडल्यासारखे केले आणि गहिवरलेल्या स्वराने त्या म्हणाल्या,

'शेठजी, माझ्या मुलीचा कैवार घ्यावा, म्हणून मी इथं आले नाही. तिची पुष्कळशी मतं मला पटत नाहीत. पण गेली चौदा-पंधरा वर्षं कोकणातल्या अनेक खेड्यापाड्यांत मी राहिले आहे. तिथं यथाशक्ति सेवा केली आहे. रात्री उशीवर डोकं टेकलं, की या पंधरा वर्षांतले असंख्य भयंकर अनुभव माझ्या कानाशी येऊन आक्रोश करू लागतात. एक एक दोन दोन वाजेपर्यंत मला झोप येत नाही, मग दीन, दुःखी, दरिद्री पण निष्पाप अशा हजारो माणसांच्या-मरतुकड्या पोरांच्या, उदास बायकांच्या आणि अवकळा आलेल्या पुरुषांच्या रांगाच्या रांगा माझ्या डोळ्यांपुढून जाऊ लागतात. पोटात विलक्षण कालवाकालव होते. त्यांचं दुःख...' आवंढा गिळून त्या उद्गारल्या, 'त्या खांडेकरांनी कुठून तरी माझी अर्धवट माहिती मिळवून एक कादंबरी लिहिलीय्! तिचं गुजराती भाषांतर तुम्ही दाखवलं होतं मला परवा. तिच्यातली उल्का ही अत्यंत दुर्दैवी मुलगी आहे, म्हणून वाचक हळहळतात. ती हळहळ ऐकून मला हसू येतं. मी.... मी कितीतरी सुखी होते. एका ध्येयवादी शिक्षकाच्या पोटी मी जन्माला आले. त्यांचे कितीतरी चांगले संस्कार मला मिळाले. एक प्रेमळ, तेजस्वी बालमित्र मला लाभला--कुठाय् बिचारा, कुणाला ठाऊक! सुभाषबाबूंनी अंदमान घेतलं, तेव्हा तो त्यांच्याबरोबर ब्रह्मदेशात गेला, असं मला गतवर्षी कुणीतरी सांगितलं, खरं खोटं देव जाणे - विमलसारखी मुलगी मला लाभली. हे सारे काय दुर्दैव म्हणायचं? अगदी गांधीजींच्या पायाची शपथ घेऊन सांगते. उभ्या जन्मात अजून एकदा सुद्धा मी उपाशी राहिले नाही, भुकेच्या वेदना सोसल्या नाहीत. विष खायला पैसा नाही, अशा स्थितीत माणसाच्या मनाला ज्या वेदना होत असतील, लाज राखायला वस्त्र

नाही, म्हणून बाईला ज्या यातना होत असतील, त्यांचा अनुभव मी घेतला नाही. असल्या मोठ्या दु:खाची आणि माझी कधी भेटच झाली नाही. पांढरपेशाची आणि त्यांची फार क्वचित गाठ पडते. आम्ही आपली छोटी दु:ख कल्पनेनं मोठी करून रडत सुटतो. पण खरीखुरी मोठी दु:ख तुम्हांला पाहायची असतील, तर माझ्याबरोबर कोकणातल्या खेड्यात चला. गंगेच्या काठानं पायी प्रवास करा. सुधारलेल्या मुंबईपासून चाळीस मैलांवर वारली कसे राहताहेत, ते एकदा डोळ्यांनी पाहून या. या दु:खाशी आपल्याला झगडायचंय्. ती नाहीशी करायची आहेत. माझी प्रार्थना आहे तुम्हांला, शेठजी. एका दिव्यानं अनेक दिवे लागतात. काकासाहेबांच्या उदाहरणानं कदाचित दुसरी श्रीमंत माणसं जागी होतील-निष्पाप रक्तानं न वितळलेला समतेचा मार्ग आपल्याला सापडेल!'

उल्काताई एकदम थांबल्या. जोडलेले हात तसेच धरून त्या लगेच आपल्या जागेवरून उठल्या. आणि म्हणाल्या,

'येतो आम्ही. चार-दोन दिवसांत मी एकटीच काकासाहेबांची गाठ घेणार आहे. तुम्ही आपलं वजन आमच्या पारड्यात टाकलंत, तर फार मोठं काम होईल. येऊ मी? नमस्ते!'

त्या शांतपणाने जिन्याकडे वळल्या. मगनभाईंना नमस्कार करून विमलही त्यांच्या पाठोपाठ उठली आणि चालू लागली. उल्काताई जिन्याच्या तोंडाशी पोचल्या, न पोचल्या, इतक्यात मगनभाई घाईघाईने पुढे आले आणि म्हणाले,

'गाडी गॅरजेबाहेर काढायला सांगतो. इतक्या रात्री-अंधारात-नाही म्हटलं, तरी मैल पाऊण मैल जायला हवं.'

मागे वळून एखाद्या नंदादीपाप्रमाणे भासणारे शांत, मधुर स्मित करीत उल्काताई उद्गारल्या,

'मोटारी जाऊ शकतील, असे रस्तेच कोकणातल्या कित्येक खेड्यांत नसतात. आणि तिथले दिवे? देवाचा एक लहरी दिवा. केव्हा असतो, केव्हा अर्धवट उजेड देतो, केव्हा ढगाची काजळी धरतो, केव्हा वाऱ्यानं विझून जातो. बराय्.....जयहिंद!'

अकरा केव्हा वाजून गेले, आई वाट पाहत राहिली असेल, या कल्पनेने ललिता अस्वस्थ झाली होती. पण मगनभाईंचा कॉफी घेऊन जाण्याचा आग्रह मोडणे शक्य नव्हते. उल्काताई व विमल या दोघींपैकी कुणाचा तरी ते सहज उल्लेख करतील आणि मग मघाच्या वादळाचा कमलाकराच्या मनावर काय परिणाम झाला आहे, हे आपल्याला कळेल, अशी तिची कल्पना होती. जणू काही त्या दोघी येऊनच गेल्या नव्हत्या, असे मगनभाई वागत होते. लवकरच त्यांच्या व कमलाकराच्या व्यापाराच्या गोष्टी सुरू झाल्या. ललितेचे मन हां हां म्हणता त्या रूक्ष बोलण्यावरून उडाले. पाकिस्तान, साखर, दिल्ली अशासारखा एखाद-दुसरा शब्द मधूनच

कानांवर पडल्याचा तिला भास होई. पण तिचे सारे लक्ष नुकत्याच येऊन गेलेल्या त्या मायलेकींच्या भोवती घिरट्या घालीत होते. त्या दोघींनी मगनभाईंना छोटीशी व्याख्यानेच ऐकविली होती. ती आठवून ललितेला वाटले, स्वत:च्या पलीकडे, घराच्या चार भिंतींच्या बाहेर डोकावून पाहणारी माणसे आपल्याला कॉलेजच्या जगात फार थोडी भेटली-अगदी प्राध्यापकांत सुद्धा. उल्काताई आणि विमल यांची मते काही असोत, त्यांच्यांत आणि आपल्या तात्यात अंतरंगाचे साम्य आहे, यात शंका नाही.

कॉफी आली. मगनभाईंची कॉफी होती ती! ती एकटी कशी येणार? राणीभोवती दास्या असायच्याच, तशा मेवामिठाईच्या तीन-चार आणि फळफळांच्या चार-पाच बश्या यांचा परिवार बरोबर घेऊन ती आली. पण या साऱ्या थाटापेक्षा ललितेचे लक्ष वेधून घेतले, ते टेबलावर नोकराने आणून ठेवलेल्या एव्हरसिल्व्हरच्या कॉफी सेटने. त्याच्यातल्या किटलीत तिचे प्रतिबिंब किती स्पष्टपणाने उमटून दिसत होते! त्या प्रतिंबबात केस किंचित विसकटलेले दिसताच ती दचकली आणि हळूच केसांवरून हात फिरवू लागली. तो सेट तिला आवडलेला पाहून मगनभाई म्हणाले,

'मागं दिल्लीला गेलो होतो, तेव्हा घेतला हा! एका मंत्र्याच्या भाचीचं लग्न होतं. थोडंसं नातं असल्यामुळं जावं लागलं लग्नाला! सुंदर अहेर करायची इच्छा होती. त्यासाठी बाजारात टॅक्सी फिरफिर फिरविली. शेवटी एका जागी हे सेट दिसले. दोन घेतले. एकाचा अहेर केला. दुसरा घरी आणला.'

कमलाकर उद्गारला,

'आपल्याला सुद्धा असा सेट घेतला पाहिजे, बुवा!'

हे बोलता-बोलता त्याने आपल्याकडे मिस्किलपणाने पाहिले, असा ललितेला भास झाला. तिला कमलाकराऐवजी मराठी भाषेचा राग आला. 'आपल्याला' हा शब्द या भाषेत द्व्यर्थी वापरता येत नसता, तर कमलाकराने आपली अशी थट्टा केलीच नसती!

ती झटकन उठली आणि कॉफी बनवू लागली. तिच्या कानांवर मगनभाईंचे शब्द पडले,

'अहो, असला सेट तुम्हाला घ्यायला कशाला हवा? उद्या लग्नात अहेर म्हणून मी तो देणारच आहे तुम्हांला!' क्षणभर थांबून ते पुढे म्हणाले, 'या अहेरांचं पेटंट घ्यावं म्हणतोय्, मी, कमलाकर! तुम्हीच पाहा धंद्याच्या निमित्तानं आमचे संबंध हजारो लोकांशी येतात. अहेरादाखल त्यांना भेट म्हणून आपला हा सेट दिला, की-' आपण फार खुमासदार बोललो, असे वाटून मगनलाल मोठ्याने हसले.

कमलाकराने त्यांना साथ दिली आणि मग त्याच्या हास्याचे स्वागत करण्याकरिताच, की काय, ललितेनेही स्वत:शीच मोठे मोहक स्मित केले.

परत येताना कमलाकराने मघाच्याच वेगाने गाडी सोडली. पण त्या वेगाची आता ललितेला भीती वाटली नाही. ती उल्हसित झाली होती. अननुभूत आनंदलहरींवर तरंगत होती. मजुरांच्या झोपड्या मागे पडल्या. पुढे एक मोठे वळण होते. त्या वळणावून कमलाकराने झर्रकन् गाडी फिरविली. प्रकाशाचा झोत रस्ता उजळीत पुढेपुढे जाऊ लागला. त्या उजेडात एक स्त्री आणि एक पुरुष हातात हात घालून रमतगमत चाललेली दिसली. मागून येणाऱ्या मोटारीची त्यांना दाद नाही असे वाटताच कमलाकराने जोरजोराने हॉर्न वाजविले. ती दोघे झटकन् अलग झाली. बाई रस्त्याच्या कडेला जागच्या-जागी उभी राहिली. पुरुष मात्र एखाद्या चोरासारखा मागे वळून पाहत-पाहत एकदम अदृश्य झाला. बहुधा जवळच्या भल्या मोठ्या वडाच्या झाडामागे तो लपला असावा! लगेच गाडी त्या स्त्रीच्या जवळून गेली. शरम हा शब्दच कोशात नसावा. ती धिटाईने गाडीकडे रोखून पाहत उभी होती. ललितेने लगेच तिला ओळखले. होय- विमलच होती ती!

— आणि तो पुरुष? एकदम तिच्या डोळ्यांपुढे दिवाकर उभा राहिला!

❐

काय जाहले फुलराणीला?

आता स्वस्थ झोपायचे, कुठलाही विचार करायचा नाही; असे म्हणत ललिता अंथरुणावर येऊन पडली खरी! पण खोलीची दारे आणि खिडक्या लावून घेतल्या तरी वारा जसा हजार वाटांनी तिच्यात प्रवेश करतो, तशा या दोन तासांत घडलेल्या अनेक गोष्टी तिच्या मनात पाठशिवणीचा खेळ खेळत होत्या. ती त्यांना जोरजोराने बाहेर ढकलीत होती आणि त्या आपल्या जागच्या जागी रेंगाळत होत्या, तिला लवकरच मिळणारे सुवर्णपदक तिच्या डोळ्यांपुढे लखलखू लागले. उल्काताईंनी वर्णन केलेले कोकणातले ते नागडेउघडे दारिद्र्य लगेच तिथे उभे राहिले. मग मघाशी एवढ्या काळोखात विमल त्या तरुणाबरोबर कुठे चालली होती, तो कोण असावा, ती दोघे हातात हात घालून चालली होती— अगदी नवराबायकोप्रमाणे— तो दिवाकरच असेल काय? इत्यादी प्रश्नांशी तिचे मन खेळू लागले. तो तरुण दिवाकरच असावा, असे वाटले, की ते हुरहुरे. इथे असून इतके दिवसांत त्याने आपली गाठभेट का घेऊ नये? त्याला गुप्तपणाने आपली भेट घ्यावी लागली असती, हे खरे आहे. पण त्यामुळे त्या भेटीला अधिक लज्जत आली असती. 'आज रात्री दहा वाजता नदीच्या घाटावर शंकराच्या देवळामागे ये' असे काहीतरी शब्द असलेली चिठ्ठी त्याने आपल्याला पोचती केली असती, तर— तर तो दिवस आपल्या आयुष्यात मोठा संस्मरणीय झाला असता. बंकिमचंद्राच्या आणि हरिभाऊ आपट्यांच्या ऐतिहासिक कादंबऱ्यांतला थोडा तरी रस आपल्याला प्रत्यक्ष चाखायला मिळाला असता! मग त्या दिवशी रात्री आठ वाजल्यापासून आपण मिनिटामिनिटाला अधीर नजरेने घड्याळाकडे पाहिले असते, मैत्रिणीबरोबर सिनेमाला जायचंय्, म्हणून आईला थाप मारली असती, आणि अंधारात एकीकडे मन भीतीने साशंक होत असताना दुसरीकडे आपण काहीतरी अद्‌भुतरम्य साहस करीत आहो, या कल्पनेने प्रफुल्लित होत आपण त्या संकेत- स्थळी गेलो असतो!

कल्पनेने झरझर इतके जाळे विणले. मग मात्र आपल्या या स्वप्नरंजनातला

बालिशपणा ललितेला जाणवला. दहा-बारा वर्षांच्या पोरीने कल्पनासृष्टीतली अशी नायिका होणे ठीक होते, पण आपण... आज आपल्याला काय झालंय्, हे तिचे तिला कळेना. तिला वाटले, आपल्यातली शांत, विचारी ललिता कुठे तरी लपून बसली आहे आणि तिची जागा कुठल्या तरी अल्लड चंचल कुमारिकेने घेतली आहे. असे होण्याचे कारण ती शोधू लागली आणि मग एकदम घराच्या दारात निरोप घेताना आपल्याकडे रोखून पाहणारा आणि मुग्ध हास्य करणारा कमलाकर तिच्या डोळ्यांपुढे उभा राहिला.

राजगृहात प्रथम तिने कमलाकराला पाहिले, तेव्हा त्याच्या स्वरूपाचा तिने फार तर क्षणार्ध विचार केला असेल. पण आता मात्र ती त्याच्या चिंतनात रमून गेली. प्रवासाने त्याचा चेहरा आज थोडासा उतरला होता. पण ललितेला मात्र मघाचे त्याचे बोलणे, बसणे, उठणे, हसणे, सारे जसेच्या तसे आठवले आणि मोठे मोहक वाटू लागले. त्याच्यासारखा सुदृढ, देखणा आणि उमदा तरुण तिने कॉलेजात सुद्धा क्वचित पाहिला होता. तो क्रिकेट खेळणारा गुप्ते तेवढा-

दिवाकर कमलाकराइतका देखणा तर नाहीच नाही. थोडासा अशक्तच आहे तो. आणि पाठीला पोक आल्यासारखे त्याचे ते चालणे- छे! या दोघांची तुलना करणेच चुकीचे आहे. अवघ्या बारा तासांच्या अंतराने पुण्याला त्यांच्याकडून आपल्याला मिळालेल्या भेटी ही जणू काही त्याच्या जीवनावरली भाष्येच आहेत. कमलाकराने दुर्मिळ ताजमहाल दिला आपल्याला! दिवाकराने मादाम क्यूरीच्या चरित्राचे पुस्तक दिले. दिवाकर सुस्वभावी आहे, आपल्याविषयी त्याला फार आपुलकी आहे. पण असल्या अस्थिर, चळवळ्या तरुणाला आपल्या आयुष्यात स्थान आहे का? त्याचा सहवास म्हणजे अठरा विश्वे दारिद्र्याला आमंत्रण, नाना प्रकारच्या दु:खांना मुक्तद्वार.

आता तिचे मन एकसारखे कमलाकराभोवती पिंगा घालू लागले. आपल्याविषयी त्याला काही विशेष वाटत असल्याशिवाय का त्याने प्रयासाने परीक्षेचा निकाल मिळविला असेल? त्या पेढ्यांत— विशेषत: मोटारीतल्या त्या दोन पेढ्यांत - फार खोल अर्थ भरला आहे. त्याचे अगत्य, त्याची आपुलकी, त्याची मखमली थट्टा, त्याचा ओझरता स्पर्श आणि निरोप घेताना अगदी कानात कुजबुजल्यासारखे लाडकेपणाने उच्चारलेले ते गोड शब्द 'उद्यापासून मी मोकळा आहे, संध्याकाळी आपण गाडीतून लांब लांब फिरायला जाऊ. याल ना? मात्र दोघांनीच यायचं हं. फक्त दोघांनी!' हे सारे ललितेला राहून राहून आठवू लागले. तिचे चित्त तरल झाले. कुठल्यातरी अज्ञात पुष्पाचा उन्मादक सुगंध तिला वेडावून सोडीत होता. संगीताचे अपूर्व मधुर स्वर तिला एका अपरिचित यक्षभूमीत घेऊन जात होते. गेली तीन-चार वर्षे प्रेमाची गाणी ऐकताना, प्रेमकथा वाचताना किंवा चित्रपटातले प्रेमप्रसंग पाहताना

ज्या अनुभूती- अंधूक, अतिशय अंधूक आणि म्हणूनच सामान्य वाटल्या होत्या, त्यांच्यांतल्या रम्यतेचे दर्शन या यक्षभूमीच्या सीमेवर तिला झाले. जणू काही धुके विरले. निर्मळ चांदणे चहूकडे पसरले.

आपला हा नवा अनुभव कुणाला तरी सांगण्याची तीव्र इच्छा तिच्या मनात निर्माण झाली. तो आईला- ? छे! ती आहे जुन्या वळणाची, या अनुभवातले काव्य तिला कसे कळेल? मावशीपाशी कुठल्याही विषयावर हवा तेवढा वादाविवाद करता येईल. पण असल्या नाजूक गोष्टी— तसा मावशीमध्ये भावनेचा भाग कमीच आहे. प्रमिला फार लहान आहे. अजून आणि शिवाय मोठ्या बहिणीने धाकट्या बहिणीला असे काहीतरी सांगायचे, म्हणजे-

तिला एकदम गौरीची आठवण झाली. पुण्याहून आल्यावर चार-पाच दिवसांत पोचल्याचे पत्र आपण तिला पाठविले होते. 'चार दिवस रजा काढून इथं ये. आपण खूप खूप भटकू. हवं तर दररोज चित्रपट पाहू. रामराज्य लावण्याविषयी एखाद्या थिएटरवाल्याला गळ घालू' असे आपण तिला लिहिले होते. पण तिने त्या पत्राचे दोन ओळींचे सुद्धा उत्तर पाठविले नाही. पुढे मावशी आजारी पडली. त्या गोंधळात तिचे उत्तर आले नाही, हे आपण विसरून गेलो. मोठी आळशी आहे ही गौरिटली! उद्या तिला खूप मोठ्ठे मोठ्ठे पत्र लिहायचे आणि त्यात-

या संकल्पाने ललितेच्या तरल मनाला स्थिरता आली.

पत्रात गौरीला काय काय लिहावे, याचा ती विचार करू लागली. ती मनाशी एक एक वाक्य जुळवीत होती - तू मोठ्ठी आतल्या गाठीची आहेस. रेशन कचेरीतल्या कुणा तरी चांगल्या पगाराच्या तरुणावर तुझं प्रेम बसलं असलंच पाहिजे. मात्र तू ते माझ्यापासून चोरून ठेवीत आहेस. पण, बाईसाहेब, आता यापुढं ही लप्पाछप्पी चालायची नाही...खरंच, गौरी, आपली दोघींची लग्नं एका मुहूर्तावर, अगदी एके ठिकाणी होण्याचा योग आला, तर काय गंमत होईल?... ठाऊक आहे का तुला? शैलजा हल्ली रेडिओवर गाऊ लागली आहे. मोठी धाडसी पोरगी आहे हं! उद्या कुणा तरी दिग्दर्शकाला तिचं गाणं आवडेल आणि मग आमची शैलजा स्वरूपसुंदर, अभिनयपटू नटी होईल. होऊ दे बिचारी! बाकी काही नाही, तरी तुला मला तिच्या चित्रपटाचे पास फुकट मिळायला लागतील... कलिका भेटली होती का, ग, कधी तुला? तिचे पतिराज पुढं काय करणार आहेत? बी.टी.साठी ते पुण्याला आले होते. तिला म्हणावं, प्रेमाच्या राज्यात तू आमची पुढारी आहेस, बोहल्यावर चढताना 'कलिकादेवी की जय' असा जयघोष आम्ही अवश्य करू. आणि हो, एक गोष्ट विसरतच होते की, ग! त्या रात्रीची तुझी ती घुबडाची पिन् सापडली का तुला?

गौरीला लिहिलेले ते लांबलचक पत्र पुन:पुन्हा वाचून पाहताना ललितेला

आश्चर्य वाटू लागले. त्या पत्रात खूप पोरकटपणा होता. पण त्याच्या जोडीने प्रेमळपणा, नर्मविनोद आणि मधुर कल्पना याचा शिडकाव पानापानावर दिसत होता. साधा हातरुमाल गुलाबपाणी शिंपडल्यामुळे जसा मोहक वाटावा, तसे ते पत्रलेखन होते. आपण मराठी इतके चांगले लिहू शकतो, या अभिमानाने तिचे मन प्रफुल्लित झाले.

पत्राचे शेवटचे वाचन संपवून आणि ऱ्हस्व-दीर्घाच्या दोन-तीन चुका राहिल्या होत्या, त्या दुरुस्त करून, तिने टेबलावरल्या घड्याळाकडे पाहिले. बरोबर पाच वाजले होते. क्षणभर तिचा आपल्या डोळ्यांवर विश्वास बसेना. इतका वेळ आपण लिहिण्यात रंगून गेलो होतो? आपण पत्र लिहीत होतो, की कादंबरी? कमलाकर बरोबर साडेपाचला येतील. अजून आपण वेणीफणी केली नाही; पातळ बदलले नाही, काही काही केले नाही! घाईघाईने तिने पाकीट बंद केले. ते हातात घेऊन त्यांचे वजन पाहिल्यासारखे केले. अधिक तिकिटे लावायला हवी होती, हे उघड होते. पण ती किती? गडबडीने दोन आण्यांची आणखी दोन तिकिटे तिने त्या पाकिटाला चिकटविली आणि 'हा कोण गडे, आला' हे पद गुणगुणत तोंड धुण्याकरिता लगबगीने ती न्हाणीघराकडे गेली.

केशभूषा आणि वेषभूषा पुरी करून तिने आरशात पाहिले आपण आपलेच प्रतिबिंब पाहत आहो, की काय, या संभ्रमात ती क्षणभर पडली. सौंदर्याच्या या नव्या जाणिवेने तिचे मन अधिकच प्रसन्न झाले. डाळिंबी रंगाच्या पातळातच आपण अधिक चांगल्या दिसतो, हा पूर्वी अनेकवार घेतलेला अनुभव आज अधिक उत्कटतेने तिला आला. मावशीने दिलेल्या कल्चर्ड मोत्यांच्या सुंदर कुड्या ती कॉलेजात कधीच वापरीत नसे. आईकडून आज तिने त्या मुद्दाम मागून घेतल्या होत्या. आरशात चमकणारी ती कुडी पाहून तिच्या मनात आले, अमका काव्यालंकार प्रथम कुणी वापरला नि तमका कुणी शोधून काढला, याचा काथ्याकूट कॉलेजाच्या शिक्षणात आपण पुष्कळ केला. पण स्त्रीच्या सौंदर्यात भर घालणारे नाना प्रकारचे अलंकार शोधून काढणारांपैकी एकाचे तरी नाव आपल्याला ठाऊक आहे का?

आपल्या प्रतिबिंबाकडे पाहता-पाहता एकदम तिला वाटले, हे कुंकू थोडे मोठे दिसते. तिने ते बारीक करण्याचा प्रयत्न केला. मग तिला वाटू लागले, ते मघाचेच बरे दिसत होते. कितीतरी वेळा तिने कुंकू पुसले आणि लावले. शेवटी कुठे तरी तिच्या मनासारखे झाले. इतकी सारी जय्यत तयारी करूनही दाराशी मोटार थांबल्याचा आवाज कानांवर पडताच तिची छाती धडधडू लागली. खाली जाता-जाता वळून तिने आरशात पाहिले. ती स्वत:वर रागावली. ही वेणी सोडावी आणि दुसऱ्या प्रकारची केशरचना करावी, असे तिच्या मनात आले. या मुग्ध, विचित्र, संभ्रमित मन:स्थितीतच ती जिना उतरू लागली. आपण दोघेच फिरायला जाऊ, असे

कमलाकर म्हणाला होता. पण मोटार बघितली, की मंगला आपल्याबरोबर येण्याचा हट्ट करणार! तिला घरी रडत ठेवून कसे जायचे? आई काय म्हणेल?

ललिता अधिकच गोंधळली. ती स्वयंपाकघरापाशी आली, तेव्हा आई कमलाकराला चहाचा आग्रह करीत होती. तो नको नको म्हणत होता. शेवटी तो म्हणाला,

'क्रिकेटमध्ये धावण्यासाठी जसा दुसरा गडी घेतात, तसा चहा पिण्यासाठी एक मनुष्य बरोबर बाळगायला हवा आता!'

त्याचे ते उद्‌गार ऐकून ललिता हसली. आईला त्याच्या बोलण्याचा अर्थ नीटसा कळला नव्हता. पण ललिता हसताच तीही हसली.

'जरा फिरून येते हं, आई!' असे म्हणत ललिता कमलाकरामागून चालू लागली. जाता-जाता माजघराच्या दारातून तिने वळून विचारले,

'मंगल कुठाय्, ग?'

आईने हसत उत्तर दिले,

'प्रमिलेच्या शाळेत कसल्यातरी कार्यक्रमाच्या तालमी सुरू आहेत ना? तिथं गेलीय् ती पमीबरोबर!'

हे बोलता-बोलता आईच्या मुद्रेवर स्मित झळकले. त्या स्मिताने ललिता लाजली आणि आनंदलीही! आपण आज चतुराईने मंगलेला आधीच घराबाहेर पाठवून दिले आहे- हा त्या स्मितातला सूचक अर्थ, किती मधुर होता तो!

योगेश्वरीच्या देवळाच्या मागच्या बाजूला ललिता आणि कमलाकर दोन मोठ्या खडकांवर येऊन बसली, तेव्हा साडेसहा वाजून गेले होते. ग्रीष्माच्या बंदिवासातून मुक्त झालेल्या मंद वायुलहरींनी हवेत सुखद गारवा निर्माण होऊ लागला होता. दुपारी एखाद्या रागावलेल्या माणसाप्रमाणे प्रक्षुब्ध भासणारे आकाश आता प्रसन्नतेने हसत होते. बुद्धिबळाच्या पटावर प्याद्यांतून मोहरे उठून दिसावेत, तशा खाली दूर अंतरावर गावातल्या निरनिराळ्या उंच उठावदार इमारती दिसत होत्या. डावीकडचे एका गिरणीचे उंच काळे धुराडे पाहून तर ललितेला बुद्धिबळातल्या उंटाचीच आठवण झाली. थोडा वेळ दोघेही अगदी गप्प होती. मग एकाने अधूनमधून छोटेसे वाक्य उच्चारावे, दुसऱ्याने उत्तरादाखल स्मित करावे आणि पुन्हा दोघांनी स्तब्ध व्हावे, असे अनेकदा झाले. देवीच्या दर्शनाला येणारा कुणीतरी भक्त मधेच जोराने घंटा वाजवी. तो आवाज कानांवर पडला, की दोघेही एकाच वेळी मागे वळून पाहत, एकमेकांकडे पाहून हसत आणि मग देवळाभोवतालच्या गुलमोहराच्या लाल लाल फुलांवर त्यांची दृष्टी खिळून राही.

थोड्याच वेळात त्यांच्या समोर आकाशातले गुलमोहर फुलले. त्या लाल, गुलाबी, फुलांच्या जोडीला नाना रंगांच्या फुलांच्या राशी पश्चिमेकडे पसरल्या. त्या साऱ्या फुलांचे रंग पटापट बदलू लागले.

आता अधिक जोराचा वारा सुटला. कपाळावर येणाऱ्या केसांच्या बटा सावरता-सावरता ललितेला पुरेवाट झाली. ती उद्‌गारली,

'उठू या ना?'

कमलाकर हसत म्हणाला,

'फिरण्यातलं खरं सुख निवांत जागी बसून अंधारात एक एक चांदणी उगवत असलेली पाहण्यात आहे.'

त्याच्या या बोलण्याचे ललितेला थोडे नवल वाटले. तो संभाषणचतुर असला, तरी व्यवहारी आहे, अशी तिची आतापर्यंत समजूत होती.

ती पुन्हा स्वस्थ बसून राहिली. चित्रकाराच्या नाजूक कलमाने क्षणाक्षणाला चित्राचे रूप बदलत जावे, तशी सभोवतालच्या सृष्टीची स्थिती झाली. सारा भूमिभाग अंधूक अंधूक होऊ लागला. खाली दूरवर शहरातले दिवे काजव्यांप्रमाणे लुकलुकत होते. वर चांदण्या कुणा तरी यक्षाच्या शयनमंदिरातल्या रत्नदीपांप्रमाणे चमचमू लागल्या. आई काय म्हणेल, या विचाराने आता ललिता बेचैन झाली. ती कमलाकराला म्हणाली,

'इथं असं आपण जन्मभर बसलो, तरी सुद्धा तृप्ती व्हायची नाही मनाची. पण - चला, देवीचं दर्शन घेऊन घरी जाऊ या.'

कमलाकर हसत म्हणाला,

'आपण नाही, बुवा, देवळात येणार.'

ललितेने विचारले,

'का?'

'माझा देवावर विश्वास नाही.'

'माणसावर तरी आहे का?' तिने मुद्दाम हसत प्रश्न केला.

कमलाकर उत्तरला,

'परवा परवापर्यंत नव्हता. पण--'

पुढे तो काहीच बोलला नाही. तो झटकन् उठला आणि हातातल्या विजेच्या बत्तीचा प्रकाश समोर पाडीत देवळाच्या रोखाने चालू लागला.

रात्री अंथरुणावर मानेखाली हात दुमडून घेऊन ललिता संध्याकाळी कमलाकराच्या सहवासात घालविलेल्या तीन तासांतल्या आठवणी मनात घोळवू लगली. तेव्हा आपण आज इतक्या अबोल कशा झालो, हे तिला कळेना. प्रीतीच्या राज्यात मौनच अधिक बोलके असते काय? कुणाला ठाऊक!

प्रेम व्यक्त करणारा एक शब्दही न बोलता, ओझरता सुद्धा स्पर्श न करिता, कमलाकर आज तिच्या अधिक जवळ आला होता. ही जादू देवळात त्याने केलेली

थट्टा तिला पुन:पुन्हा गुदगुल्या करू लागली. आपण देवळात येणार नाही, असे तो पहिल्यांदा म्हणाला होता. पण देवाला नमस्कार करून आणि अंगारा लावून ती वळली, तेव्हा तो आपल्या मागेच उभा आहे असे तिला दिसून आले. तो हसत म्हणाला,

'आता काय देवीकडं मागताय्? माणसासारखा दुसरा लोभी प्राणी साऱ्या जगात नसेल! एवढं सुवर्णपदक मिळालं, तरी तुम्ही काही देवीचा पिच्छा सोडीत नाही. तिला नवस करायची खरी जरुरी कुणाला असेल तर ती मला!'

दुसरे दिवशी सकाळी ललिता जागी झाली, तेव्हा उष:कालच्या कोमल पिवळसर छटा तिच्या उशाजवळच्या खिडकीतून हसत-नाचत आत येत होत्या. त्या सोनेरी छटांनी तिचे मन रंगून गेले. उन्हे चढली. दुपार झाली. पण तिच्या मनावरली ती सोनेरी सावली तशीच राहिली. तिसऱ्या प्रहरी तीन, सव्वा तीन झाले नाहीत, तोच तिने आईला विचारले,

'आज मी चहा करू का?'

आईने हसत प्रश्न केला,

'आज खूप लांब जायचंय्, वाटतं, फिरायला?'

ललिता लाजली, स्वत:शीच हसली, आणि एखाद्या लहान लाजऱ्या पोरीप्रमाणे, झाडावर सरसर चढत लपून बसणाऱ्या खारीप्रमाणे, तिथून अदृश्य झाली. चहा झाला. वेणीफणी झाली. पातळ बदलून झाले. पण साडेपाच काही केल्या वाजेनात. घरातले, घड्याळ फार जुने झाले आहे, ते हळूहळू चालत असेल, अशी शंका तिच्या मनात आली. आणि मग या शंकेतून व्यक्त होणाऱ्या उतावीळपणाचे तिचे तिलाच हसू आले.

रोज कुठल्या तरी निराळ्या बाजूला फिरायला जायचे, मोटार रस्त्यावर ठेवून घटका, दोन घटका फेरफटका करायचा आणि मग योगेश्वरीच्या देवळामागच्या त्या दोन ठराविक खडकांवर येऊन बसायचे, असा ललिता व कमलाकर यांचा कार्यक्रम सुरू झाला. दूर दूर पसरलेल्या काळ्याभोर शेतातून पाऊलवाटेने जाताना, घाटाच्या शेवटच्या पायरीवर बसून अगदी पात्रात गेलेल्या नदीच्या पाण्यात पाय सोडून खेळताना, आकाश एकदम काजळू लागले, की वळवाचा पाऊस येणार, या कल्पनेने मोटारीकडे लगबगीने येताना, ती दोघे एकमेकांकडे पाहत, हसत आणि हर्षित होत. जिभेपेक्षा डोळे अधिक बोलके असतात, याचा ती पावलोपावली अनुभव घेत होती.

दुसऱ्या, तिसऱ्याच दिवशी शुद्ध प्रतिपदा होती. क्षितिजाच्या पदराआडून डोकावून पाहणारी त्या दिवशीची नाजूक चंद्रकोर प्रथम ललितेच्या दृष्टीला पडली.

तिने ती कमलाकराला दाखविली. ती मावळेपर्यंत दोघेही एक शब्दसुद्धा न बोलता तिच्याकडे टक लावून पाहत होती. अंधारातून प्रियकराच्या भेटीला जाणाऱ्या अभिसारिकांची वर्णने ललितेने संस्कृत काव्यात वाचली होती. प्रतिपदेची ती रात्र तिला तशीच वाटली. ही अभिसारिका भित्री असल्यामुळे तिने एक मिणमिणणारा दिवा हातात घेतला आहे, असे तिला वाटले, पुढे प्रत्येक दिवशी चंद्रकोर जशी मोठी मोठी होऊ लागली, तसे ललितेच्या मनात येऊ लागले, 'ही अभिसारका आता धीट बनत चालली हं! केवढा मोठा दिवा हातात घेऊन ती आतुरतेने आपल्या प्रियकराकडे जात आहे! लोक काय म्हणतील, याची तिला आता पर्वा नाही.'

अशा विचित्र अनुभूतींनी त्या दोघांच्या हृदयपुष्पाची एकएक पाकळी नकळत उमलत होती. पण बोलताना मात्र ती व्यावहारिक गोष्टीच बोलत. तात्यांचा आजार, मावशीचे चरित्र, काकासाहेबांची लहानपणापासून आपल्यावर असलेली विलक्षण माया, कॉलेजातल्या मैत्रिणींच्या गमती, इत्यादी गोष्टी ललितेच्या बोलण्यात हटकून येत. कमलाकर देशभर फिरला होता. आपण पाहिलेली सुंदर स्थळे, सुंदर देवळे, सुंदर दृश्ये यांच्याविषयी तो खूप बोले. मग ललितेला वाटे, त्याच्याबरोबर आपणही केव्हा तरी हे सारे अपूर्व सौंदर्य पाहू आणि ते हृदयात साठवून ठेवू.

मात्र तो स्वत:विषयी सहसा काही बोलत नसे. एकदाच-अगदी एकदाच तो थोडा भावनावश झाला आणि भूतकाळातल्या काही गोष्टी बोलून गेला. त्याचे वडील सुद्धा काकासाहेबांच्या प्रमाणे व्यापारीच होते. तो दहा-बारा वर्षांचा असताना त्यांना एका सट्ट्यात मोठी ठोकर बसली. काकासाहेबांनी मदत केली असती, तर ते त्या संकटातून सावरले असते. पण काकासाहेब उदासीन राहिले. त्यांच्या भूतदयेच्या आड भाऊबंदकी आली. कमलाकराचे वडील मोठे मानी होते. फुले वेचली, तिथे गोवऱ्या वेचणे त्यांना असह्य झाले. एके दिवशी आत्महत्या केली त्यांनी! त्या धक्क्याने त्याची आई झिजत-झिजत गेली— शेवटी मेली. धडपड, उपहास आणि उदासीनता यांची असंख्य शल्ये मनातल्या मनात ठेवीत, त्याने आपले शिक्षण सुरू ठेवले. प्रवेश-परीक्षा तो चांगल्या रीतीने पास झाला. तो कॉलेजात गेला. विज्ञानाचा प्राध्यापक आणि संशोधक व्हायची त्याची महत्त्वाकांक्षा होती. पण अनुकूलता मात्र कशाचीच नव्हती. कॉलेजात काही गुजराती विद्यार्थ्यांशी त्याची दोस्ती झाली. त्यांच्यापैकी अनेकांचे चित्त अभ्यासापेक्षा व्यापारात अधिक आहे, हे पाहून त्याला प्रथमदर्शनी आश्चर्य वाटले. पण पैसा ही जगातली सर्वश्रेष्ठ गोष्ट आहे, प्रेमापासून परमेश्वरापर्यंत वाटेल ती चीज पैसा विकत घेऊ शकतो, हे अनेक कटू अनुभवांनी त्याला पुरेपूर शिकविले होते. हळूहळू त्या विद्यार्थ्यांचे त्याला कौतुक वाटू लागले. त्याने व्यापारात पडण्याचे ठरविले. नशीब काढण्याकरिता कॉलेज सोडून तो बाहेर पडला.

त्याची ही हकीगत ऐकून ललितेला त्याच्याविषयी अधिकच आपुलकी वाटू लागली. दया आणि प्रीती या सख्ख्या बहिणी असतात, असे तिने कुठेतरी वाचले होते. त्या वेळी गूढ वाटलेल्या या सुभाषिताचा प्रचीती आता तिला आली. कमलाकराकडे तिचे मन अधिकच ओढ घेऊ लागले.

त्या पंधरवड्यात तीन-चार वेळा तरी कमलाकराबरोबर काकासाहेबांच्याकडे गेली. त्यांनी नेहमीप्रमाणे तिची थट्टा-मस्करी केली. पण ललितेला प्रयत्न करूनही पूर्वीइतक्या मोकळेपणाने त्यांच्याशी बोलता येईना. आपल्यातल्या या स्थित्यंतराचे तिचे तिलाच नवल वाटू लागले. जणू काही कुठली तरी अदृश्य शक्ती तिची नवी मूर्ती घडवीत होती. आपल्यातले आणि त्या नव्या मूर्तीतले अंतर तिला तीव्रतेने जाणवत होते. पण त्याचे तिला दु:ख होत नव्हते. किनारा सोडून समुद्रात दूर गेल्यावर एकीकडे मन भयभीत व्हावे, पण दुसरीकडे उत्तुंग लाटांवरून दिसणारे भोवतालचे विशाल सौंदर्य पाहून भान हरपावे, तशी तिची स्थिती झाली.

अशा मन:स्थितीतच एके दिवशी मंगलेने आपल्या बाहुलीच्या लग्नाची सारी तयारी करून देण्याचा हट्ट तिच्यापाशी धरला. एरवी अशा वेळी काही ना काही सबब सांगून ललितेने मंगलेची बोळवण केली असती! पण आज तिला त्या बालजीवाला नाही म्हणवेना! ती तिच्याबरोबर खाली गेली. तात्यांनी दिलेल्या एका छोट्या जुन्या ट्रंकेत मंगलेने आपले सारे साहित्य ठेवले होते. बाहुलीच्या दागिन्यांकरिता नाना रंगांचे, निरनिराळ्या आकारांचे कितीतरी मणी तिने पत्रांच्या जुन्या पाकिटात घालून जपून ठेवले होते. ललिता कुतूहलाने त्या पाकिटावरले पत्ते वाचू लागली. बहुतेक पाकिटे तात्यांच्या नावाची होती. काहींवर तर तिचेच अक्षर होते. एका पाकिटावर मात्र मावशीचा पत्ता होता. ते बहुधा तिच्या यजमानांचे असावे. घरी येणाऱ्या पत्रांच्या लिफाफ्यांचा हा सदुपयोग ललितेने आपल्या लहानपणी कधीच केला नव्हता. त्यामुळे मंगलेच्या या सांसारिक दृष्टीचे कौतुक करीत ती तिच्या बाहुलीसाठी मोहनमाळ करू लागली. मंगल कितीतरी वेळ आश्चर्याचे तिच्याकडे बघत होती. आपली आक्का चांगली असली, तरी ती इतकी चांगली असेल, अशी तिची कल्पना नव्हती!

दुसरे दिवशाr विमला आणि प्रमिला या दोघीही आपल्या आक्काच्या वागण्याने अशाच चकित झाल्या. दुपारी जेवणे झाल्यावर ललितेने पुण्याहून आणलेले मीराबाईचे भजन प्रमिलेने सहज लावले. गाणे संपले, तेव्हा ललिता प्रमिलेला म्हणाली,

'आपल्याकडे हा कोण, गडे, आला, हे रेकॉर्ड आहे का, ग?'

प्रमिलेने नकारार्थी मान हलविली.

'आज गावात गेले, म्हणजे मी आणीन हं ते! शैलजा सुद्धा फार चांगलं म्हणते ते गाणं!' ललिता अर्धवट स्वत:शीच उद्गारली.

तिसऱ्या प्रहरी चहा झाल्यावर विमलेला तिने आपल्या खोलीत नेले. मधेच कुणी आत येऊ नये, म्हणून तिने दार लावले. विमल थोडीशी घाबरली. तिचा अभ्यास यथातथाच होता. वार्षिक परीक्षेत एक-दोन विषयात नापास झाली होती! ते उकरून काढून आता आक्का आपल्याला धारेवर धरणार, अशी भीती तिला वाटू लागली. पण तिचे हात मोठ्या मायेने हातात घेऊन ललितेने तिला विचारले,

'तुला तिखटमिटाचा सांजा करता येतो का, ग?'

विमलला त्या बोलण्याचा अर्थच कळेना. ती गोंधळून आपल्याकडे पाहत आहे, असे दिसताच ललिता घाईघाईने तिला म्हणाली,

'खूप दिवसांत चुलीपाशी बसले नाही मी! आज संध्याकाळी कमलाकर येतील, तेव्हा त्यांना काहीतरी खायला करायला हवं. म्हणून तुला विचारलं सहज!'

फक्त एकच गोष्ट ती विमलपाशी बोलली नाही. आदल्या दिवशी गप्पागोष्टी करताना कमलाकराला तिखटमिठाचा सांजा फार आवडतो, हे तिला कळले होते.

प्रमिलेच्या शाळेत व्हायच्या कार्यक्रमात तिच्याकडे 'फुलराणी' ही बालकवींची कविता साभिनय गाण्याचे काम आले होते. शाळेत काही कुणी ती नीट बसवून घेतली नाही. आपली आक्का इतकी शिकलेली, बी. ए. च्या परीक्षेत सुवर्णपदक मिळवणारी! ती आपली कविता छान बसवून घेईल, म्हणून प्रमिलेने शेवटी ललितेकडे धाव घेतली. ती कविता शिकविताना ललिता रंगून गेली. पण प्रमिलेला अभिनय समजावून सांगताना तिची मोठी पंचाईत होऊ लागली. आपणच ती फुलराणी आहो, असा भास होऊन त्या तंद्रीत प्रमिलेला अभिनय शिकवायचे ती अनेकदा विसरली. त्या दिवशी रात्री तर तिच्या स्वप्नात कुणीतरी त्या कवितेतल्या गोड ओळी एकसारखे गुणगुणत होते-

'प्रणयचंचला त्या भ्रूलीला
अवगत नव्हत्या कुमारिकेला'
'तो रविकर का गोजिरवाणा-
आवडला आमुच्या राणींना?'
'अजून जागी फुलराणी ही!
आज कशी ताळ्यावर नाही?
लागेना डोळ्याशी डोळा
काय जाहले फुलराणीला?'

मावशी नुक्ती कुठे हळूहळू घरात फिरू लागली होती. दुखण्याने ती अगदी गांजल्यासारखी झाली होती. त्यामुळे मनात आणि जीवनात होत असलेल्या सूक्ष्म स्थित्यंतराची तिला कल्पना असणे शक्य नाही, असे ललितेला राहून राहून वाटे. पण एके दिवशी बोलता, बोलता ती ललितेला म्हणाली,

‘लले, आढीत घातलेला आंबा पिकायला लागला, म्हणजे काय होतं, ग?’

घरात आंबे नव्हते, आढी नव्हती, काही नव्हते. त्यामुळे मावशीच्या या चमत्कारिक प्रश्नाचा रोख ललितेला कळेना! ती नुसती शोधक दृष्टीने तिच्याकडे पाहत राहिली. पण त्या दोघींच्या जवळ बंगला बांधीत बसलेल्या मंगलने आपली मान एकदम वर केली आणि ती म्हणाली,

‘गोड गोड वास सुटतो, मावशी!’

मावशी हसत उद्‌गारली, ‘तुझ्या आक्काचासुद्धा तसा वास सुटलाय् बघ!’

ललितेने क्षणमात्र मावशीच्या नजरेला नजर दिली आणि मग ती जी तिथून पसार झाली, ती रात्री झोपेपर्यंत मावशीकडे फिरकलीच नाही.

अशी रमत गमत, हसत खेळत, स्वप्नात गुंगत, प्रतिपदेची पौर्णिमा झाली. ललिता आणि कमलाकर यांनी निरभ्र आकाशातला तो पौर्णिमेचा चंद्र डोळे भरून पाहिला. चांदणे कसे छान पडले होते! पण हां हां म्हणता साडेआठ वाजले. घरी जाण्याकरिता खडकावरून उठणे प्राप्तच होते. ललिता आपल्या जागेवरून उठणार, इतक्यात कमलाकर तिच्यापाशी आला आणि म्हणाला,

‘ललिता, मी तुला एक प्रश्न विचारू का? तो इतक्यात विचारण्याची माझी इच्छा नव्हती. पण काकासाहेबांची घाई चाललीय्! माझा प्रश्न-तो सांगायला कशाला हवा? तुला ठाऊकच आहे तो!’

ललितेने त्याच्याकडे धिटाईने पाहण्याचा प्रयत्न केला; पण तो सफल झाला नाही. तिचा थरथर कापणारा, घामाने किंचित, ओलसर झालेला हात हातात घेऊन कमलाकर म्हणाला,

‘ललिता, इतकं माझं भाग्य आहे का?’

सारा धीर एकवटून मान वर करून ललिता विलक्षण मधुर स्वराने उद्‌गारली,

‘हा प्रश्न मीच विचारायला हवा होता!’

त्या रात्री ललिता घरी परत आली, ती आनंदाच्या झुल्यावर झुलतच! जेवताना, बोलताना, मंगलेला रामाची गोष्ट सांगताना, आईला घरकाम आवरायला मदत करताना तिचा उत्साह जणू काही ओसंडून जात होता. आईचे कपाळ संध्याकाळपासून दुखत होते. तिने मोठ्या आस्थेने त्याला अमृतांजन लावले. ती झोपायला गेल्यावर मग ललिता आपल्या खोलीत आली. तिने दिवा लावला.

एखादे कवितेचे पुस्तक चाळीत चाळीत झोपी जावे, म्हणून ती पुस्तके धुंडाळू लागली. इतक्यात टेबलावरल्या पुस्तकावर एक जाडजूड पाकीट तिला दिसले. ते गौरीने आपल्या पत्राला पाठविलेले उत्तर असावे, तात्या दुपारी ते आपल्याला द्यायला विसरले असावेत, या कल्पनेने तिने ते लगबगीने उचलले. आता आपल्याला पुण्याच्या खूप खूप गमती वाचायला मिळणार, म्हणून ती आनंदित झाली. इतक्यात

पाकिटावरल्या अक्षराकडे तिचे लक्ष गेले. ते - होय, ते तात्यांचे अक्षर होते! पाकिटावर पोस्टाचा छाप कुठेच नव्हता. त्याला तिकिटेही लावली नव्हती. म्हणजे? घरातल्या घरात तात्यांनी आपल्याला पत्र का पाठवावे? पत्र तर चांगले जाड आहे. एवढं काय लिहिलंय् त्यांनी या पत्रात?

ललितेचे मन कंपित झाले. ते पत्र फोडायचा धीर तिला होईना. ते हातात धरून ती तशीच उभी राहिली.

❐

तात्यांचं पत्र

कितीतरी वेळ ते पत्र हातात घेऊन ललिता तशीच बसून राहिली. आश्चर्य आणि भय यांचा पहिला भर ओसरला, तरी ते उघडून पाहावे, असे तिला वाटेना!

तिचे मन सैरावैरा धावत होते. नुसत्या कल्पना करीत होते. मधेच ते एका आठवणीपाशी थांबले.

तात्यांनी तिला पोहायला शिकविले, तेव्हाची आठवण होती ती! थंडीचे दिवस होते. छोटी ललिता कुडकुडत घाटावर उभी होती. कसे तरी हातपाय मारून नुक्तीच पाण्यावर तरंगू लागली होती ती! काही केल्या लली पाण्यात उतरत नाही, असे पाहून तात्या चोरपावलांनी पायऱ्या चढून वर आले आणि त्यांनी मागून हळूच तिला पाण्यात ढकलून दिले. ती एकदम खाली गेली. तिच्या नाकातोंडांत पाणी शिरले. ती घाबरली, गुदमरली. पण लगेच पाण्यावर आली. वर येऊन पोहू लागताच ती तात्यांच्याकडे हसत-हसत पाहू लागली.

त्या छोट्या ललितेसारखीच आज मोठ्या ललितेची स्थिती झाली आहे, हे लक्षात येताच ती स्वत:शीच हसली. तिने त्या पत्राची एक बाजू घाईघाईने फाडली. लिफाफा वेडावाकडा फाटल्यामुळे आतले पत्र कदाचित फाटले-बिटले असेल, अशी तिला शंका आली. तिने ते उलटसुलट करून पाहिले. त्याला मुळीच धक्का लागला नव्हता. तिने ते हातात घेऊन उघडले. पत्र फारसे सुवाच्य नव्हते. पण तात्याचे ते चिर-परिचित प्रिय अक्षर पाहताच तिचे मन आनंदाने मोहरले. त्यांची कितीतरी पत्रे तिच्या डोळ्यांपुढे उभी राहिली. धीर देणारी, थट्टा करणारी, कौतुकाने रंगलेली, पण मधूनच उपदेशाच्या दोन-चार नाजूक वाक्यांनी नटलेली.

मोठ्या उल्हासाने पत्राच्या पहिल्या पानावरून तिने दृष्टी फिरविली. मधल्या एका वाक्यापाशी ती एकदम थांबली. मोठे विचित्र होते ते वाक्य - 'मनुष्य हा कळप करून राहणारा प्राणी असला, तरी खरोखर आपापल्या अंतरंगाच्या जगात तो एकटाच भटकत असतो.' किंचित गोंधळून ललितेने दोन-तीन पाने उलटली आणि

मधेच पाहिले. ती अडखळली. आज तात्यांना काय झाले आहे, हे तिला कळेना. त्यांनी लिहिले होते, 'प्रेम आंधळं असतं, हे हजारो कवींनी आतापर्यंत सांगितलं आहे. पण ध्येयसुद्धा तितकंच आंधळं असतं हे सांगणारे फार थोडे लेखक निर्माण झाले आहेत!'

या मधल्याच वाक्यांनी मनात उडवून दिलेला गोंधळ दूर व्हावा म्हणून ललिता ते पत्र पहिल्यापासून वाचू लागली-

चि. ललीस सप्रेम आशीर्वाद,

हे पत्र लिहिण्याचा प्रथम माझा विचार नव्हता. घटकाभर तुझ्याशी मोकळपणाने बोलावं नि यात लिहिलेल्या सर्व गोष्टींची हसत-खेळत चर्चा करावी, अशी माझी इच्छा होती. चार-दोनदा तुझ्याशी हा विषय काढण्याचा मी प्रयत्न केला. पण काही केल्या ते मला जमेना. मुले मोठी झाली, की त्यांच्यात आणि आईबापांत संकोचाची म्हण किंवा परकेपणाची म्हण, एक नवी भिंत निर्माण होते. पाश्चिमात्य समाजात या भिंतीला खिडक्या दारं तरी असतील! आपल्याकडे मात्र ती एक उंच अभेद्य दगडी भिंत असते. आईबाप मुलाशी लहानपणी ज्या मोकळेपणाने वागतात, तो पुढे टिकत नाही. पूर्वकाळी हा संकोच कदाचित योग्य असेल. पण आपले जीवन प्रत्येक बाबतीत पूर्णपणे बदलले असतानाही आपण अजून जुन्या वाटेनेच जात आहोत. संस्कार फार प्रबल असतात, हे कदाचित याचे कारण असेल. दुसरं कारण, मनुष्य हा कळप करून राहणारा प्राणी असला, तरी आपल्या अंतरंगाच्या जगात तो एकटाच भटकत असतो! तिसरं नि हेच कदाचित अधिक खरं असेल - म्हाताऱ्या माणसांना जागेवरून पुनःपुन्हा उठण्याचा जसा कंटाळा येतो, तसा पुराणपुरुष झालेला आपला हा भारतीय समाज कालानुरूप बदलण्याच्या बाबतीत अगदी मंद बनला आहे. भविष्यापेक्षा भूतकाळात रमण्यातच त्याला अद्यापि आनंद होत आहे.

पाहिलंस? हे असं होतं. वर्षानुवर्ष अग्रलेख खरडणारा मनुष्य लाडक्या लेकीला पत्र लिहायला बसला, तरी त्याच्यातला संपादक जागा झाल्याशिवाय राहत नाही!

मी लिहिणार आहे, ते तुझ्याशी बोलायला मला संकोच वाटायला नको होता. लहानपणापासून आईपेक्षा माझ्याच अंगाखांद्यांवर तू अधिक खेळली आहेस. भातुकलीपासून बी.ए. च्या परीक्षेपर्यंतची स्वतःची सारी सुखदुःखं तू माझ्याच कानात सांगत आली आहेस. तुझी आई अजून मला या बाबतीत टोमणे मारते! (बायकोचे टोमणे नवऱ्याला गोड वाटतात, ही गोष्ट निराळी) अधूनमधून ती म्हणते,

'पोरींच्या वाटण्या झाल्यात आमच्या घरात. ललिता. मंगला तुमच्या नि प्रमिला-विमला माझ्या!'

जाऊ दे! असं लिहायला लागलो, तर माझं पत्र सहज हरिभाऊ आपट्यांच्या कादंबरीएवढं होईल.

ज्या गोष्टी तुझ्याशी बोलायच्या, त्या मी लिहून सांगत आहे. हा विचित्रपणा माझा मलाच जाणवतो. पण कदाचित हा माझ्या म्हातारपणाचा परिणाम असेल. तू म्हणशील, पन्नासाव्या वर्षी काही कुणी जख्ख म्हातारं होत नाही! पण खरं सांगू, ललोबा? गेल्या एक-दोन वर्षांत माझं मलाच तसं वाटू लागलं आहे. ब्लडप्रेशरचा त्रास हे असं वाटण्याचं एक कारण स्पष्ट आहे. पण इतर कारणं माझी मलाच नीटशी समजत नाहीत. मात्र एक गोष्ट उघड आहे. 'संध्याछाया भिवविति हृदया' या तांब्यांच्या ओळीचा अर्थ पूर्वीपेक्षा मला अधिक चांगला कळू लागला आहे. म्हातारपणाचा हा एक फार मोठा फायदा आहे, हं पोरी! तरुणपणी केवळ बुद्धीनं आकलन केलेल्या अनेक गोष्टींतला खराखुरा अर्थ वृद्धपणातच माणसाला पूर्णपणे कळू लागतो.

आता वाटतंय्, पत्र इथंच पुरं करावं. पण हे जे सारं लिहिलं, ती तर नुसती प्रस्तावना झाली. तेव्हा-

लले, मी तुझ्या लग्नाविषयी लिहिणार आहे, हे तू ओळखलंच असशील. तू मुलगा असतीस, तर बी. ए. ची परीक्षा झाली, न झाली, तोच तुझ्या लग्नाचा विचार मी स्वप्नात सुद्धा मनात आणला नसता. तू लहान होतीस, तेव्हा अनेकदा मी बेत करीत असे,'माझ्या ललीला मी इतर मुलींप्रमाणे वाढविणार नाही. मुलासारखं सर्व प्रकारचं स्वातंत्र्य तिला मी देईन.' ते तुला द्यायची आजही माझी इच्छा आहे. पण - तुझ्या विषयीची माया स्वस्थ बसू देत नाही मला. परिस्थितीकडं दुर्लक्ष करवत नाही. आपल्यासारख्या माणसांच्या साऱ्या उच्च कल्पना पतंगासारख्या असतात. दोरी खाली खेचली, की आकाशात उंच गेलेला पतंग क्षणार्धात पृथ्वीवर उतरतो. आपलंही तसंच होतं. अनेक सामाजिक, सांस्कृतिक आणि व्यावहारिक शृंखलांनी मध्यम वर्गातला मनुष्य जखडलेला असतो. आयुष्यभर त्याला कवीचं मन आणि वैâद्याचं जीवन यांचा मेळ घालावा लागतो.

मला काय सांगायचं आहे, याची अजूनही तुला कल्पना आली नसेल. ते असं चाचरत आणि अलंकारिक रीतीनं सांगण्यात अर्थ नाही. तेव्हा माझ्या मनातले विचार स्पष्टपणे लिहिण्याचा प्रयत्न करतो.

कॉलेजच्या चार वर्षांत तुझी कुणा मुलाशी विशेष ओळख झाली असेल, तो तुला आवडू लागला असेल, त्याच्याशी लग्न करण्याची पुसट का होईना- कल्पना तुझ्या मनात येऊन गेली असेल, तर मी तुझ्या इच्छेविरुद्ध काही करणार नाही, असं मी तुला मागं सांगितलंच होतं. कॉलेजमधे काय किंवा कॉलेजबाहेर काय, खराखुरा प्रेमविवाह होण्याची शक्यता आपल्या समाजात फार कमी आहे. प्रेम आणि आकर्षण यांतला फरक आपल्यातल्या प्रौढांनासुद्धा समजत नाही. मग कॉलेजातल्या मुलामुलींची

कथा काय? तथापि, असल्या गोष्टींत मनाची आवडनिवड हा फार महत्त्वाचा भाग असतो, हे मला मान्य आहे. आमच्या लग्नाच्या वेळी प्रेमविवाहाचा प्रश्नच नव्हता! प्रेमविवाह करू इच्छिणाऱ्यावर ब्रह्मचारी रहायचीच पाळी आली असती त्या काळी! पण गेल्या वीस-पंचवीस वर्षांत परिस्थिती फार झपाट्याने पालटली आहे. लग्नाच्या वेळी तुझी आई शिकस्त सोळा वर्षांची असेल! पण आता पंचवीस पंचवीस वर्षांच्या मुलींची सुद्धा लग्न होणं मोठं कठीण होऊन बसलं आहे. आमच्या पिढीला मुलींच्या मनांत स्त्रीशिक्षणाच्या कल्पना असत. स्त्री-स्वातंत्र्याच्या अनिर्बंध कल्पना मात्र सहसा आढळत नसत, त्या आता जीवनात शिरल्या आहेत. समतेचे खरेखोटे विचार, शिकलेल्या मुलींच्या महत्त्वाकांक्षेला आवाहन देत आहेत. अशा वेळी तुझ्यासारख्या सुशिक्षित मुलीनं विवाहाचा सर्व बाजूंनी विचार केल्याशिवाय पुढं पाऊल टाकू नये, असं मला वाटतं.

तुला एम्. ए. व्हावंसं वाटतंय् का? तसं वाटणं स्वाभाविक आहे. तू एम्. ए. झालीस, तर कदाचित प्रोफेसर होशील. आपली मुलगी प्रोफेसर आहे, याचा मला मोठा अभिमान वाटेल. माझं एका काळचं स्वप्न होतं ते! पण-प्रोफेसर झाल्यावर का होईना, शेवटी तुला लग्न करावंच लागेल!

तस झालं, तर तुझं लग्न आणखी चार-पाच वर्षांनी होईल. तसं होण्यानं काही मोठं बिघडतंय्, असं नाही. पण मला मात्र तुझं लग्न इतकं लांबणीवर पडू नये, असं वाटतं. तुझी मावशी. बी. एस्सी. च्या परीक्षेत चमकली, तेव्हा माझं मत असं नव्हतं. तिला अविवाहित राहायला मी उत्तेजन दिलं. तिनं संशोधन करावं आणि आपलं नाव गाजवावं, अशी माझी फार इच्छा होती. ती सफल झाली नाही, याचं फारसं वाईट वाटत नाही मला! परीक्षेत पहिल्या वर्गात येणं आणि पुढं आयुष्यात कर्तृत्व दाखविणं या गोष्टी अनेकदा भिन्न असतात. तुझ्या मावशीला मी जे प्रोत्साहन दिलं, त्याबद्दल तुझ्या आईनं अनेक वेळा माझी हजेरी घेतली आहे. पण तिचं समाधान मी अद्यापि करू शकलो नाही. तुझ्या मावशीनं शेवटी लग्न केलंच. पण ते फार उशिरा झालं. प्रौढ पतिपत्नींची मनं जुळणं हे एक मोठं दिव्य आहे. भिन्न दिशांना वाहत गेलेल्या नद्यांचा संगम होण्याइतकीच ती दुर्घट गोष्ट आहे. प्रेमविवाह म्हणून गाजलेल्या आणि माझ्यासकट सर्व संपादकांनी गौरविलेल्या या लग्नाचा शेवट कसा झाला आहे, हे तू पाहतच आहेस! मावशी इतकी आजारी असून, तिचे यजमान काही तिला भेटण्याकरिता इकडे आले नाहीत. त्याचं एकमेकांशी का जुळलं नाही, हे सांगायला लागलो, तर ते एक पुराण होईल आणि ते सुद्धा पूर्ण असे नव्हे! मात्र मावशीकडे पाहिले, म्हणजे माझ्या मनात येते, अशा बायकांनी आपले सारे खरेखुरे कडूगोड अनुभव अगदी निर्भीडपणाने जगापुढे मांडले, तर फार बरे होईल! ज्या दगडाधोंड्यांशी त्या ठेचाळल्या, ते पुढच्या पिढीतल्या मुलींना तरी लागणार नाहीत!

जे घडले, त्यात सारा दोष तुझ्या मावशीचाच आहे, असं मात्र समजू नकोस. माणसाचे निम्मेशिम्मे गुणदोष सभोवतालच्या सामाजिक परिस्थितीतून निर्माण होतात. गेल्या दहा-पंधरा वर्षांत बायकांची नवी पिढी आपल्याकडे दिसू लागली. शिकलेली, थोडी-फार बोलकी झालेली. घरकुलाच्या संकुचित कल्पनेतून बाहेर पडलेली ही पिढी पाहताना पहिल्या पहिल्यांदा मला मोठा आनंद होई. वाटे, कर्वे, आगरकर, हरिभाऊ आपटे यांची सारी स्वप्न आता सत्यसृष्टीत उतरणार.

पण स्वप्ने सहसा खरी होत नाहीत, हेच खरे! जुन्या अशिक्षित बायकांपेक्षा नव्या सुशिक्षित स्त्रिया असंतुष्ट आहेत, असमाधानी आहेत. जुन्या बायकांचं सुख हे अज्ञानातलं सुख होतं, असं तू म्हणशील. ते थोडंफार खरंही आहे. पण नव्या सुशिक्षित स्त्रियांची दु:ख मात्र ज्ञानातून उद्भवली आहेत, असं मला वाटत नाही. प्रौढ शिकलेल्या मुली पूर्वीच्या बायकांप्रमाणे पतीशी किंवा संसाराशी समरस होऊ शकत नाहीत. त्यांचा अहंकार अधिक जागृत झालेला असतो. आपल्या मतांचा आणि व्यक्तित्वाचा त्यांना स्थानी अस्थानी अभिमान वाटतो. पण त्या एक गोष्ट विसरतात-अहंकार हा प्रीतीचा सर्वांत मोठा शत्रू आहे. प्रेम याचा अर्थच स्वत:ला विसरणे, प्रिय व्यक्तीच्या सुखदु:खांत समरस होऊन जाणे, ज्याच्यावर आपण प्रेम करतो, त्याच्याकरिता कुठलाही त्याग करावा लागला, तरी तो कमीच आहे, असे वाटणे. यौवनाच्या उंबरठ्यावर उभी असलेली माणसंच असलं प्रेम करू शकतात. कारण यौवन ही यक्षभूमी आहे; तिथं प्रीती सदैव फुलते, ध्येयं डोळ्यांपुढं अखंड तरळतात. जगाची, जीवनाची किंवा व्यवहाराची तापदायक आच या स्वप्नसृष्टीला लागलेली नसते. त्यामुळे यौवनातली प्रीती, ध्येयवाद, महत्त्वाकांक्षा या साऱ्याच गोष्टी उत्कट व सात्त्विक असतात. हा विशीपंचविशीचा स्वप्नाळू काळ मागे पडला, की माणूस व्यवहारी बनतो. त्याची इच्छा असो वा नसो, त्याचे दिव्य पंख गळून पडतात. त्याला पैशाच्या तालावर नाचावं लागतं. प्रतिष्ठेची पूजा करावी लागते, खोट्याचं खरं करून जगण्याखेरीज जगात दुसरा मार्ग दिसत नाही. साहजिकच त्याचं मन एकीकडून वातड आणि दुसरीकडून बधिर बनत जातं.

वरचा मजकूर पुन्हा वाचून पाहिला, तेव्हा माझं मलाच हसू आलं. वाटलं, तरुणपणी प्रयत्न केला असता, तर ललित लेखक किंवा विचारवंत साहित्यिक म्हणून आपल्याला सुद्धा महाराष्ट्रात मिरविता आलं असतं. मग मनात आलं, ललीला लिहायच्या पत्रात या साऱ्या अवडंबराची काय जरुरी होती? फक्त तिच्या आईचं उदाहरणच तिच्या पुढं ठेवलं असतं, तरी-

आईबापांनी आपल्या लग्नाविषयी किंवा संसारातल्या अनुभवांविषयी मुलाशी मोकळेपणानं चर्चा करणं आपल्याकडं चमत्कारिक वाटतं. पण तुझ्या आईविषयी लिहिल्यावाचून अगदी राहवत नाही मला. जुन्या पद्धतीनं आमचं लग्न झालं. मी

चळवळीत पडलेला मनुष्य, श्रीमंताची मुलगी मला परवडणं शक्य नव्हतं. म्हणून गरीब कुळातल्या, स्वयंपाकपाणी करता येणाऱ्या एका मुलीला मी पसंत केलं. आम्हा दोघांच्या स्वभावांत अंतर काही थोडंथोडकं नव्हतं. आमच्या आवडीनिवडी फार निरनिराळ्या आहेत, असं लग्नानंतर मला दिसून आलं. तुझ्या आईचं सारं जग घराच्या चार भिंतींत सामावलं होतं. मी वकील झालो असतो, खोऱ्याने पैसा मिळवून आणला असता, तर ते तिला हवं होतं. ते मी करू शकलो नाही. तथापि, संसारात तिनं माझी फार चांगली साथ केली. काकासाहेबांच्या मदतीमुळं अनेक आपत्तींतून माझं घर बचावलं, हे खरं, पण त्या पैशाच्या मदतीपेक्षा तुझ्या आईच्या प्रेमाची मदत मला नेहमीच अधिक मोलाची वाटत आली आहे. म्हणूनच घरातल्या कुठल्याही गोष्टीत मी ढवळाढवळ करीत नाही. तिच्या मनाविरुद्ध सहसा वागत नाही. तिचा खर्चिकपणा आणि देवभोळेपणा मला आवडत नसला, तरी त्यांच्याविषयी मी कधी ब्र काढीत नाही. माझ्यासाठी आपल्या कितीतरी आवडीनिवडींना तिला मुरड घालावी लागली! मग तिच्यासाठी मी सुद्धा आपली काही मतं स्वत:पाशीच ठेवायला नकोत का? पहाटेपासून रात्री झोपेपर्यंत कष्ट करून तुझी आई सुखी आहे, ती या भावनेमुळं! मग तू त्या भावनेला पे्रम म्हण, अथवा तडजोड म्हण. तुझ्या मावशीच्या संसारात मात्र ही भावना कधीच निर्माण झाली नाही.

तुझं लग्न, झालं, तरी हरकत नाही आता असं मला का वाटतं, हे यावरून तुझ्या लक्षात येईल. पाश्चिमात्य समाजात प्रौढपणी होणारी लग्नं सुखावह होऊ शकतात. प्रीतीच्या, संसाराच्या आणि जीवनाच्या त्यांच्या कल्पना आपल्यापेक्षा निराळ्या आहेत. तिथली स्त्री अनेक दृष्टींनी स्वतंत्र आहे. आपल्याकडं मात्र अजूनही ती आर्थिक, नैतिक, कौटुंबिक आणि सामाजिक बंधनांनी जखडली गेली आहे. ही बंधनं तोडण्याइतका बंडखोरपणा जिच्या अंगी असेल, तिची गोष्ट निराळी. तू हुशार असलीस, परीक्षेत चांगलं यश मिळवीत आली असलीस, तरी तू स्वभावत: नाकासमोर जाणारी आहेस. चाकोरी सोडून जाणारे असामान्यत्व तुझ्यापाशी नाही. तुझ्यामध्ये असं काही मला दिसलं असतं, तर मी तुझ्या लग्नाचा विषय इतक्यात काढलाच नसता!

ओघानं आलं, म्हणून लिहितो. आजकालच्या कॉलेजच्या जगाचा, आमच्या वेळेपेक्षा प्रेम या कल्पनेशी अधिक निकट संबंध आला आहे. सामाजिक बंधनंही पूर्वीपेक्षा शिथिल झाली आहेत. पण लग्नाचा प्रश्न निघाला, की बहुतेक तरुण तरुणी म्हणतात, 'मला इतक्यात लग्न करायचं नाही.' डोळ्यांपुढं ध्येय लखलखत असल्यामुळं एखाद्या मुलानं अथवा मुलीनं असं म्हटलं, तर मला त्याचा आनंदच वाटेल. पण प्रखर ध्येयवादित्वापेक्षा निष्क्रिय स्वप्नाळूपणाच आजच्या पिढीत अधिक आढळत आहे. हा स्वप्नाळूपणा व्यवहाराची आच लागतांच वितळून जातो

आणि मग माणूस स्वार्थासाठी कठोर - प्रसंगी क्रूर-बनतो! नव्या पिढीवरली ही माझी टीका कदाचित् बरोबर नसेल! पंचवीस वर्षांच्या अंतरामुळं आजच्या तरुण, तरुणीच्या सुखदु:खांची कल्पना माझ्यासारख्याला नीटशी करता येत नसेल! ते काही असो. एक गोष्ट मला तुला स्पष्टपणे सांगायची आहे, वडीलकीच्या नात्यानं नव्हे. तर जगाचा ज्यानं पुष्कळ अनुभव घेतला आहे, अशा मित्राच्या भूमिकेवरून! आयुष्यात लग्न न करण्याचा निश्चय फार थोडे लोक प्रामाणिकपणानं पाळू शकतात. तुझ्या मनात असं काही घोळत असेल, तर ते काढून टाक. तू बाह्यत: विचारी व व्यवहारी दिसतेस, तुझ्या आईची व मावशीची समजूत तशीच आहे. मला मात्र वाटतं, तुझ्या माझ्या स्वभावांत फार साम्य आहे. असहकारितेच्यावेळी मी चळवळीत पडेन, असे माझ्या खोलीतल्या दोस्ताला सुद्धा वाटलं नव्हतं; पण-

अविवाहित राहून देशसेवा किंवा समाजकार्य करणं ही फार श्रेष्ठ प्रतीची गोष्ट आहे. पण सामान्य मनुष्याच्या दृष्टीनं ते अग्निदिव्य आहे. याबाबतीत आपल्याकडे मोठमोठे लोक नकळत स्वत:ची आणि इतरांची वंचना करीत आले आहेत.

हे सारे लिहिल्यावर मनात आले, आपण उगीच लिहिलं हे! गेले पंधरा दिवस तू आणि कमलाकर बरोबर फिरायला जात आहा. तुझ्या मनात लग्न न करायची कल्पना असती, तर या फिरण्यात तुला इतका आनंद वाटला नसता. हा आपला आमच्या जुन्या पिढीचा दृष्टिकोन झाला. कदाचित मित्र म्हणूनही तुम्ही फिरायला जात असाल. कमलाकर मोठा उमदा दिसतो. त्यांच्या हुशारीचं काकासाहेबांसारखी मुरब्बी माणसं कौतुक करीत आहेत. मगनभाईंना न जमलेलं काम दिल्लीला जाऊन हां हां म्हणता तो यशस्वी करून आला, ही गोष्ट त्यांनी मोठ्या अभिमानानं मला सांगितली. त्याच्या स्वभावाची मात्र मला काही कल्पना नाही. रोजच्या दोन-तीन तासांच्या सहवासावरून ती तुलाच कदाचित आली असेल. त्याच्याशी लग्न झालं, तर तू काकासाहेबांची सून होशील. व्यावहारिक सुखाच्या दृष्टीनं ही फार चांगली गोष्ट आहे. मी स्वत: तुरुंगवास भोगला असला, मिळेल त्या मीठ-भाकरीवर पूर्वी गुजराण केली असली, तरी आपल्या पोरी सुस्थळी पडाव्यात, त्यांना कशाची ददात असू नये, असं मला फार फार वाटतं. या मनोवृत्तीला कम्युनिस्ट बूर्ज्वा मेंटॅलिटी म्हणतात. बूर्ज्वा म्हणजे संकुचित, पांढरपेशेपणाची, सुखवस्तू जीवनक्रमासाठी धडपडणारी, आपल्या पायांपुरतं पाहणारी वृत्ती!

पण मला वाटतं, सर्वच आईबापांची अशी इच्छा असते. ती एक नैसर्गिक भावना आहे. तुला बंगल्यांत रहायला नि मोटारीतून फिरायला मिळेल, अशी मी कधीच कल्पना केली नव्हती! तशी आकांक्षा तुझ्या मनात मी कधी निर्माण केली नाही. पण तू कॉलेजात जाऊ लागलीस, तुझ्याकरिता मी स्थळं बघत नाही, म्हणून तुझी आई माझ्यावर रागावू लागली; तेव्हापासून एक गोष्ट राहून राहून माझ्या मनात

येते, लग्नानंतर माझी लली सुखी होईल ना? आईबापांचं मन वेडं असतं, म्हणून ती अशी अकारण काळजी करतात, हे तर खरंच! पण-

लग्न हा, नाही म्हटलं, तरी एक प्रकारचा जुगार आहे. आपल्या समाजात पुरुषापेक्षा स्त्रीलाच या कटू सत्याचा अनुभव आजपर्यंत अधिक आला आहे. त्याचा ओझरता स्पर्शसुद्धा तुला होऊ नये-

तू काकासाहेबांची सून झालीस, तर त्यात मला आनंदच आहे. आपल्या पत्रातून समाजवादाचा पुरस्कार करता-करता मी आपली मुलगी लक्षाधीशाच्या घरात दिली, म्हणून अनेक लोक माझा उपहास करतील, श्रीमंत माणसं विजयी दृष्टीनं माझ्याकडं पाहतील. त्या उपहासाची मला फारशी फिकीर वाटत नाही. मनुष्य सार्वजनिक झाला, की त्याला असले आघात सोसण्याची सवय करून ठेवावीच लागते. मात्र एक गोष्ट तू विसरू नकोस-तुझे आतापर्यंतचे संस्कार!

गरिबांचा पावलोपावली कैवार घेणारे आम्ही लोक मूर्ख किंवा लुच्चे आहोत, असं अनेकांना वाटतं. सर्व गरीब माणसं निष्पाप असतात आणि सर्व श्रीमंत माणसं हरामखोर असतात, असा आम्ही चुकीचा समज करून घेतलेला आहे, असं त्यांना वाटतं. पण वस्तुस्थिती अगदी निराळी आहे. गरिबांचे सारे दोष आम्हांला दिसतात. श्रीमंतांत आढळणारा मनाचा मोठेपणा आम्ही जाणू शकतो. पण त्यामुळे काही आजच्या जगातला खराखुरा भीषण प्रश्न सुटत नाही. तो प्रश्न आहे समतेचा-कोट्यवधि लोकांच्या भाकरीचा-पिढ्यान् पिढ्या त्यांच्या पायांत पडलेल्या अनेक अघोर अन्यायांच्या शृंखला ताडकन् तोडण्याचा! सुदैवानं तू उद्या वैभवाच्या शिखरावर जाऊन बसलीस, तरी हे विसरू नकोस. हे माझं नुसतं सांगणं नाही. मागणं आहे तुझ्यापाशी.

इतकं लिहूनही तुला जे काही सांगायचं होतं, ते तसंच राहिलं आहे, असं वाटतं. माणूस मनाच्या चोरकप्प्यांतच अधिक गोष्टी का ठेवतो, कुणाला ठाऊक!

उल्काताई आणि त्यांची मुलगी विमल या गेल्या पंधरा दिवसात दोन-तीनदा माझ्याकडं येऊन गेल्या. गांधीवादी काकासाहेबांनी दत्तक मुलगा घेऊन त्याला आपली सर्व इस्टेट द्यावी, ही तत्त्वत: चुकीची गोष्ट आहे. कारखान्यात त्यांना मिळालेला सारा पैसा तिथल्या मजुरांसाठी खर्च होणं योग्य आहे, असं त्यांचं म्हणणं पडलं. उल्काताई काकासाहेबांना भेटून आणि त्यांच्याशी वादविवाद करून आल्या. पण काही उपयोग झाला नाही. याबाबतीत मी काहीतरी लिहावं, असा त्यांचा आग्रह आहे. गावातल्या इतक्या महत्त्वाच्या विषयावर मी न लिहिणं हा नैतिक गुन्हा होईल. केवळ स्वार्थासाठी, काकासाहेबांना खूश राखण्यासाठी मी तोंडाला कुलूप घातलं आहे, असं सारं जग म्हणेल. पण मी लिहीन, ते काकासाहेबांना कितपत रुचेल, हे सांगवत नाही. तुझ्या आईला सुद्धा ते आवडणार नाही. ती माझी वेड्यांत गणना

करील. ज्या घरी आपली मुलगी पडणार, तिथली संपत्ती दुसऱ्यांना देऊन टाकावी, असा उपदेश करणारा बाप तिलाच काय, पण आजच्या समाजातल्या बहुतेक लोकांना महामूर्ख वाटेल. पण हा विषय समाजाच्या जिव्हाळ्याचा आहे. गांधीवाद आणि समाजवाद यांच्यापैकी कोणता मार्ग आपल्या देशात आर्थिक आणि सामाजिक क्रांती त्वरित घडवून आणील, याचा निर्णय घेण्याची वेळ हीच आहे. एक प्रकारची टेस्ट केस आहे ही! मी जे लिहीन, ते व्यवहारदृष्ट्या तुझ्या हिताविरुद्ध असलं, तरी तू माझ्यावर रागावणार नाहीस, ही माझी खात्री आहे. लले, वात्सल्य आणि तत्त्वनिष्ठा यांचा असा विरोध माझ्या आयुष्यात कधी काळी येईल, असं मला वाटलं नव्हतं. पण-ज्यांची कल्पनाही नसते, अशा गोष्टी माणसाच्या आयुष्यात आल्या नसत्या, तर अगदी मिळमिळीत झालं असतं! नाही?

तुझं लग्न कमलाकराबरोबर होणार, हे गृहीत धरून मी हे सारं लिहिलं आहे. तुझा बेत अगदी निराळा असला, तर तू तो मोकळेपणानं माझ्यापाशी सांग. माझ्याजवळ बोलायला तुला संकोच वाटत असला, तर मावशीपाशी आपलं मन उघडं कर. तुझ्या आयुष्यातला हा अत्यंत महत्त्वाचा क्षण आहे. या वेळी मुग्ध राहू नकोस, गोंधळू नकोस.

लले, खरं सांगू? हे सारं मी तुला लिहिलं खरं. पण ते लिहिताना अनेकदा मनात आलं. लली उगीच माझी मुलगी झाली. ती मुलगा असायला हवी होती. म्हणजे ती मला कधीही सोडून गेली नसती. तुझ्या भावी वियोगाची नुसती कल्पना -पोरी, आईबापाचं मन नुसत्या वर्णनांनी कधी कुणाला कळायचं नाही. ते कळायला आईबापच व्हावं लागतं. कमलाकर आणि तू फिरायला जायला लागल्यापासून माझं मन हुरहुरू लागलं. आज आंघोळीच्या वेळी ललीनं धोतराच्या निऱ्या करून ते मला दिलं. आता थोडे दिवसांनी ते द्यायला ती इथं असणार नाही, लले, लले म्हणून मी कितीही हाका मारल्या, तरी उद्या या घरात मला कुणी ओ देणार नाही, या कल्पनेनं अपरात्री जागा झाल्यावर क्षणभर मी भांबावल्यासारखा होतो...

कॉलेजात असताना शाकुंतलाचा चौथा अंक मला फार आवडे. 'अर्थोहि कन्या परकीय एव' या श्लोकावर डॉ. गुण्यांप्रमाणं मीही बेहद्द खूश होतो. वाटे, किती सुंदर उपमा दिली आहे कालिदासानं — मुलगी ही परक्याची ठेव आहे. ती ज्याची त्याला परत दिली, म्हणजे बापाच्या अंतःकरणाला एका जबाबदारीतून मुक्त झाल्याचा आनंद होतो. कण्वाला तसा तो झाला असेलही कदाचित! पाळलेली मुलगी सुस्थळी पडली, म्हणून संन्याशाला हायसं वाटणं स्वाभाविक आहे, पण कण्वाची ती भूमिका प्रत्यक्ष करायची पाळी आल्यावर मात्र मला वाटू लागलं आहे, मुलगी ठेव खरी. पण ती बापाकडं जावयानं ठेवलेली ठेव नाही. उलट, कन्यादान करून पिताच ती जामाताकडे ठेवीत असतो. आपली ही ठेव परक्याच्या घरी सुरक्षित राहील, की

नाही, ही काळजी मुलीच्या लग्नाच्या वेळी बापाच्या मनात निर्माण होत असते.

कुठं तरी थांबलं पाहिजे, म्हणून पत्र इथंच पुरं करतो. कथा-कादंबऱ्यांत असलं पत्र कुणी लिहिलं, तर ते तंत्राच्या साच्यात बसणार नाही. चार साध्या गोष्टी सांगण्याकरिता घरातल्या घरात बाप मुलीला इतकं लांबलचक पत्र लिहितो, हे अस्वाभाविक आहे, हा वास्तवतेचा खून आहे, अशी त्याच्यावर टीका होईल. पण-अगदी थकून गेलोय्! हात दुखू लागलाय् म्हणूनच थांबतो. नाहीतर मन इतकं अस्वस्थ झालंय्, सारं आयुष्य हे एक नाटक वाटतंय्- ते सुखान्त आहे, की दुखान्त आहे, याचा निर्णय करता येत नाही, आणि मग मनात येतं, पुन्हा मंगलएवढं लहान होता आलं तर किती बरं होईल!

तुझा,

तात्या

पत्र संपताच ललिता स्वत:शीच हसली. या साऱ्या गोष्टी तात्यांना हसत-खेळत आपल्याला सहज सांगता आल्या असत्या असे तिला वाटले. लगेच तिच्या मनात आले, तात्यांची पहिल्यापासून आपल्यावर फार माया आहे. पण इंग्रजी शाळेत गेल्यावर सुद्धा त्यांच्यापाशी एखादी गोष्ट सांगायची किंवा मागायची आपल्याला उगीचच भीती वाटे! वार्धक्य हा तसाच मोठ्या माणसांचा बागुलबुवा असावा. नाहीतर एवढे धीट आपले तात्या. चळवळीच्या वेळी मोठमोठ्या सरकारी अधिकाऱ्यांना रोखठोक जबाब देणारे, कुणाचीही भीडभाड न धरता स्वत:ला खरे वाटेल, त्याचाच आपल्या वर्तमानपत्रातून पुरस्कार करणारे! त्यांना आपल्या शिकल्या - सवरलेल्या मुलीला चार साध्या गोष्टी सांगताना पत्र लिहायची गरज वाटावी? आणि त्यांना असे सांगायचे होते तरी काय? तुझी इच्छा असली, तर कमलाकरशी लग्न कर. नसली तर करू नकोस.

ललितेने पत्र झटकन् टेबलावर टाकलं. तात्या जागे असले, तर त्यांच्याकडे जावे, त्यांनी या पत्राबद्दल थोडीशी थट्टा करावी. कमलाकराशी लग्न केल्याने मी सुखी होईन, तुम्ही माझी मुळीच काळजी करू नका, असे त्यांना सांगावे, म्हणून ती खुर्चीवरून उठली. दार उघडता-उघडता तिने बटन दाबून दिवा मालवला. खोलीबाहेर आल्यावर मात्र ती थबकली. आपण असे काही सांगितले, तर उलट तात्याच आपली खूप खूप थट्टा करतील, असे वाटून ती मनातल्या मनात लाजली. 'कमलाकरावर तुझं प्रेम आहे का?' असं तात्यांनी विचारले, तर त्याचे उत्तर मानेने देता येईल. पण अवघ्या पंधरा दिवसांत हे प्रेम कसे बसले, असे त्यांनी विचारले, तर मात्र— असले खोचक प्रश्न विचारायची तात्यांना खोडच आहे! छे! या वेळी आपण त्यांच्याकडे जाता उपयोगी नाही. त्यांच्या पत्राचे उत्तर उद्या सकाळी चहाच्या वेळी देता येईल. अगदी छान-मजेदार.

झोपण्याकरिता ती परत वळणार होती. इतक्यात खिडकीतून दिसणाऱ्या चांदण्याच्या पांढऱ्या शुभ्र पट्ट्याने तिचे लक्ष वेधून घेतले. तिने हळूच गच्चीचे दार उघडले. बाहेर चांदण्याचा समुद्र पसरला होता. ती गच्चीच्या कोपऱ्याकडे वळली. कडुनिंबाची डहाळी तिने मोठ्या नाजुकपणाने हातात घेतली आणि हलविली. माणसाला जर माशासारखी हालचाल करता आली असती, तर आकाशापासून पृथ्वीपर्यंत पसरलेल्या या शुभ्र, शांत गंभीर समुद्रात आपण रात्रभर क्रीडा करीत राहिलो असतो, अशी कल्पना तिच्या मनात येऊन गेली. लगेच तिची दृष्टी वर वळली. अजून पावसाळा सुरू होण्याचे कुठलेच लक्षण दिसत नव्हते. निरभ्र आणि असीम आकाशाची सौम्य सुंदर नीलिमा पाहता-पाहता मंदपणाने प्रकाशणाऱ्या तारकांभोवती तिचे मन घुटमळू लागले. अनुप्रासाची आवड असणाऱ्या तिच्या वर्गातल्या एका होतकरू कवीने एकदा चांदण्या हे नंदनवनातले नंदादीप आहेत, अशी काहीतरी कल्पना केली होती. ती तिला चटकन् आठवली.

नंदादीप— शतकेच्या शतके, नव्हे युगेच्या युगे तेवत राहिलेले हे लक्षावधी योजनांवरले नंदादीप— यांनी अरण्यात पर्णकुटिकेबाहेर रामाशी गुजगोष्टी करीत बसलेली सीता पाहिली आहे आणि पुढे रामाने त्याग केल्यावर तीच सीता तशाच एका झोपडीबाहेर अश्रू ढाळीत बसलेली त्यांच्या दृष्टीला पडली आहे.

वर निश्चल नजरेनं पाहता-पाहता तिच्या मनात आले, या तारकांनी स्त्रीपुरुषांच्या प्रीतीची सारी स्वरूपे स्थितप्रज्ञाप्रमाणे पाहिली आहेत. प्रेमाचे हास्य आणि तांडव, प्रीतीची रम्यता आणि भीषणता, सारे सारे रात्रभर डोळे उघडे ठेवून पृथ्वीवर पहारा करणाऱ्या या तारकांच्या दृष्टीला पडले आहे. प्रीती म्हणजे काय, हे आपल्यापेक्षा त्यांनाच निश्चित ठाऊक आहे!

ती आकाशातल्या तारकांकडे वेड्यासारखी पाहू लागली. चांदण्या हसत होत्या. पण त्या तिच्या मनातल्या प्रश्नाचे उत्तर मात्र देत नव्हत्या.

सभोवतालचे स्थिरचर सौंदर्याने नाहून निघाले होते. पण आता मघाइतक्या उल्हासाने ललितेला त्याच्याकडे पाहता येईना. तिला वाटू लागले, या चांदण्या डोळे मिचकावून आपल्याला म्हणताहेत— वेडे पोरी, प्रीती ही सुळावरली पोळी आहे. ते तरवारीच्या धारेवरले नृत्य आहे. हजारो वर्षं या पृथ्वीतलावरली प्रीतीची सर्व नाटकं आम्ही पाहत आलो आहो. सीता आणि राम, शकुंतला आणि दुष्यंत, डेस्डिमोना आणि ऑथेल्लो-फीर, वेडे पोरी, अजून मागं फीर!

ललिता क्षणभर गंभीर झाली. मग तिला स्वत:चेच हसू आले. प्रेमात पडलेली माणसे कल्पनांची जाळी विणीत बसतात आणि दुबळी बनतात, असे म्हणत ती आपल्या खोलीकडे परतली.

त्या लांबलचक पत्राबद्दल उद्या तात्यांची खूप थट्टा करायची, असे तिने मनात

ठरविले. त्यांचे पत्र पुन्हा एकदा वाचावे नि मग झोपावे, म्हणून दिवा लावून ती टेबलाकडे वळली, त्या पत्राच्या खालीच दुसरे एक छोटे पत्र पडले आहे, असा तिला भास झाला. मघाशी गडबडीत आपण तात्याचे मोठे पत्र तेवढे उचलले. खाली काय आहे, ते आपण पाहिलेच नाही, हे आता तिच्या लक्षात आले. त्या लहान पत्रावरले अक्षर किरटे, बायकी वळणाचे होते. छे! ते गौरीचे अक्षर खास नव्हे. मग? गावातल्या एखाद्या मैत्रिणीचे? तसेही वाटेना. अगदी अनोळखी अक्षर होते ते! त्या पत्रावर तिकीटही दिसत नव्हते. तिने घाईघाईने ते उघडले. खाली कुणाची सही आहे, ते पाहिले. पण तिथे सहीच नव्हती! पत्र अवघे दोन ओळींचे होते! एका दृष्टिक्षेपात तिने ते वाचले. 'उद्या संध्याकाळी योगेश्वरीच्या देवळापाशी भेटशील का? फार महत्त्वाचं काम आहे.'

❒

सीमेवर

रात्री ललिता दोन-तीन वेळा तरी दचकून जागी झाली. आपल्याला कुठेतरी जायची घाई असून, आपण झोपून राहिलो आहो, असा विचार प्रत्येक वेळी तिच्या मनात आला. मग ती डोळे उघडून पाही, अजून उजाडले नाही. अशी खात्री झाली म्हणजे, ती दुसऱ्या कुशीवर वळे आणि पुन्हा झोपी जाण्याचा प्रयत्न करी. पण निद्रेच्या मोहिनीने विचारांची हालचाल थांबण्यापूर्वी त्या विचित्र पत्राची स्मृती तिच्या मनात प्रवेश करी. ते पत्र कुणाचे असावे, या शंकेने तिचे मन बेचैन बने. ते दिवाकरचे असेल का? पत्राखाली त्याने सही न करणे सुरक्षितपणाच्या दृष्टीने बरोबर आहे. पण स्वत:च्या अक्षरात ही चिठ्ठी त्याने लिहिली असती, तर? संध्याकाळी योगेश्वरीच्या देवळाजवळ- कमलाकर आणि आपण दररोज जिथे फिरायला जातो, तिथे आपल्यावर कुणी पाळत-बिळत तर ठेवली नाही ना? छे! ही चिठ्ठी पाठविणाऱ्या व्यक्तीला आपण उद्या संध्याकाळी एकटेच भेटायला गेले पाहिजे, हे उघड आहे. पण हे सारे कमलाकरांना कसे सांगायचे? आज माझी लहर लागत नाही, असे आपण त्यांना सांगितले, तर ते कदाचित रागावतील. परवा दिवशी त्यांचा राग काढता येईल. म्हणा. पण-

वारंवार झोप चाळवल्यामुळे ती सकाळी उठली जरा उशिराच! ती खाली गेली, तेव्हा माजघरात आईशी गप्पा मारीत तात्या पाटावर बसले होते. आईने चहाचे आधण उतरून खाली ठेवले आणि त्यांना काही तरी उत्तर दिले. ललिता दिसताच तात्या आपल्या नेहमीच्या थट्टेच्या स्वरात म्हणाले,

'उठलात का, पंडिताबाई?'

ती लगबगीने मागील दारी गेली. त्यामुळे त्यांचे पुढचे शब्द तिला नीटसे ऐकू आले नाहीत. ती चहा घेण्याकरिता पाटावर येऊन बसली, तेव्हा तात्यांचा दुसरा कप सुरू झाला होता. ते हसत म्हणाले,

'लले, दारुबंदीचा कायदा, अनेक बायकाबंदीचा कायदा हे सारे सरकारी कायदे उत्तम आहेत. त्यांच्याविषयी माझी काही तक्रार नाही. पण उद्या दारूबंदी अमलात

आणल्यावर सरकारनं चहाबंदीचा बूट काढला, तर मात्र मी कायदेभंग केल्याशिवाय राहणार नाही!'

तात्यांचे हे बोलणे ऐकून आई मोठ्याने हसली. ललिता मात्र गंभीर राहिली. तात्याच्या ते लक्षात आले असावे. पाटावरून उठता-उठता तिच्या पाठीवर थाप मारीत ते म्हणाले,

'परीक्षेच्या निकालादिवशी विद्यार्थ्याला काळजी वाटणं स्वाभाविक आहे. पण ती कुणाला? ज्याला आगाऊ निकाल कळत नाही, त्याला!'

चहाचा घोट घेता घेता ललितेने भिंतीवरल्या कॅलेंडरकडे पाहिले. खरेच आज परीक्षेचा निकाल होता. उभ्या रात्रीत ही गोष्ट तिला एकदाही आठवली नव्हती.

उलट, ती चिठ्ठी मात्र एकसारखी...

दुपारी निकालाची रीतसर तार आली. ललिताच्या मैत्रिणी हां हां म्हणता तिच्या घरी जमा झाल्या. विदुषी म्हणून त्यांनी तिची खूप थट्टा केली. पेढे खाता-खाता एक मैत्रीण म्हणाली,

'ललितेच्या पेढ्यांपर्यंत तर आपण येऊन पोचलो. पेढे आणि लाडू यात अंतर नसतं असं मोठमोठे लोक म्हणतात. तेव्हा-'

असल्या थट्टामस्करीत एरवी ललिता रंगून गेली असती. पण आज काही केल्या तिच्या मनाचा उदासपणा कमी होईना. जेवताना तिने मुद्दाम तात्यांच्याकडे निरखून पाहिले होते. त्यांचे लक्ष जेवणात नाही, हे तिच्या ध्यानात यायला फार वेळ लागला नाही. कसला तरी विचार करीत असावेत ते! त्यांच्या फिक्कट, किंचित सुरकुतलेल्या चेहऱ्यावर काळजीची छाया पसरल्याचा भास होत होता. जेवतानाचा त्यांचा घुमेपणाही ललितेला अपरिचित होता. जे कुणालाही सांगता येणे शक्य नाही, आपल्या लिहिलेल्या त्या लांबलचक पत्रात जे प्रगट करता आले नाही, असे काहीतरी विचित्र दु:ख तात्याच्या हृदयात सलत असावे, अशी शंका तिला आली. काही विचारावे, तर तात्या ते हसण्यावारी नेतील, अशी तिची खात्री होती. पण त्यांची ती उदास, चिंतामग्न मुद्रा, मैत्रिणीच्या किलबिलाटात आणि कलकलाटात सुद्धा तिच्याशी जणू काही मूकपणाने बोलत होती.

पाच वाजता कमलाकर गाडी घेऊन आला. गाडीचे हॉर्न ऐकताच इतका वेळ बसून राहिलेल्या तिच्या तीन-चार मैत्रिणी उठल्या. त्यांच्यांतली ती वात्रट पोरटी ललितेच्या गालावर नाजूक चापट मारीत म्हणाली,

'मी तुला मारलं, म्हणून कमलाकरांना सांगू नको हं, बाई! माझे बाबा आहेत काकासाहेबांच्या दुकानात नोकर! तुझ्या कैवारानं कमलाकर त्यांना काढून सुद्धा टाकतील तिथून!'

लगेच मिस्किलपणाने हसत-हसत त्या साऱ्या भरभर जिना उतरून गेल्या.

ललिता तशीच बसून राहिली. तळहातावर डोके ठेवून ती विचार करू लागली, इतक्यात कमलाकर वर आला. फिरायला जायची काहीच तयारी तिने केली नाही, असे पाहून त्याने प्रश्न केला,

'डोकं दुखतंय्?'

ललितेने होकारार्थी मान हलविली. ती किंचित मंद स्वराने म्हणाली,

'कुठून ते पदक मिळालं, असं झालंय् मला! दुपारपासून डोकं उठविलं या वात्रट पोरट्यांनी!'

कमलाकर नुसता हसला. ती आणखी काही तरी बोलेल, म्हणून त्याने क्षणभर वाट पाहिली. मग तो म्हणाला,

'तू स्वस्थ पडून राहा आता. अमृतांजन आहे ना इथं? ते थोडं तुझ्या कपाळाला चोळते म्हणजे-माझा हातगुण कसा आहे, तो तरी पाहा. डॉक्टरच व्हायचो मी! पण-'

त्या शब्दांतून सूचित होणाऱ्या मुग्ध प्रणय-भावनेने ललितेला गुदगुल्या झाल्या. वर मान करून त्याच्याकडे पाहत ती हसली. पण - कमलाकराची दृष्टी आपल्यावर खिळली आहे, तिच्यातून एक प्रकारची दाहक मोहकता प्रगट होत आहे, असे भासताच चटकन ती खाली पाहू लागली. कमलाकर मोठ्याने हसत तिचा निरोप घेऊन निघून गेला. जिन्यावर वाजणारी त्याची पावले हळूहळू ऐकू येईनाशी झाली.

लगेच ललिता स्वत:वर चिडली. डोकं दुखत नसताना ते दुखत आहे, असं आपण कमलाकराला खोटं सांगितलं, ते कशाकरिता? खरं सांगायला कुणाचं भय होतं? त्याचं? तो-तो-ते कोण आहेत असे? आपल्यावर काय हक्क आहे त्यांचा? स्त्री ही स्वभावत:च भित्री आहे का? छे! आपल्यासारख्या शिकलेल्या मुलीनं - एका मित्राला भेटायला जायचंय्, म्हणून आज मी तुमच्याबरोबर येत नाही, असं आपण सरळ सांगितलं असतं, तर-

ती छाती आपल्याला झाली नाही. असं का व्हावं? वंचनेवरच स्त्रीच्या जीवनातलं सारं सुख अवलंबून असतं काय?

स्वस्थ पडून राहण्याचा तिने प्रयत्न केला. पण तिच्या मनातली वावटळ काही केल्या थांबेना. योगेश्वरीकडे जायचं, तर आता निघालेच पाहिजे, असे शेवटी तिच्या मनात आले. बाहेर जाण्याची तयारी करून ती खाली आली. तिला पाहताच आईला मोठे आश्चर्य वाटले. ती उद्गारली,

'अगं, तुझं डोकं दुखत होतं ना?'

ललिता हसली आणि म्हणाली,

'आता तात्यांचे सारे मित्र पेढे मागायला घरी जमतील. त्यांच्याशी बोलत बसले तर डोकं अधिकच चढेल. म्हणून— कमलाकरांना ठेवून घ्यायला हवं होतंस तू, आई! म्हणजे— '

आईने सूचक स्मित केले. जणू काही तिला म्हणायचे होते— लपंडाव हाच प्रीतीची आवडता खेळ आहे.

योगेश्वरीच्या वाटेने ललिता चालू लागली. चालता-चालता तिचे मन त्या चिठ्ठीविषयी विचार करू लागले. ती एकदम अस्वस्थ झाली. आपण तिन्हीसांजेच्यावेळी जवळ जवळ निर्जन अशा जागी एकट्या जात आहोत. कुणातरी अज्ञात व्यक्तीची नि आपली तिथं गाठ पडली, तर? या शंकेने ती गोंधळली. योगेश्वरीचा रस्ता सोडून ती गावात जाणाऱ्या दुसऱ्याच रस्त्याने चालू लागली. त्या विमनस्क स्थितीतही अनेक चिरपरिचित स्थळांच्या दर्शनाने तिच्या आठवणी जाग्या होऊ लागल्या. हे विठोबाचे देऊळ-मॅट्रिकची परीक्षा झाल्यावर कुणालाही न सांगता आपण दररोज इथे देवाच्या दर्शनाला येत होतो. आपले पेपर चांगले गेले होते. पण मनाला मात्र उगीच भीती वाटे. ती तात्यांपाशी सुद्धा सांगता येत नव्हती! ही आपली मराठी शाळा - चवथ्या यत्तेत हुतुतूच्या खेळात मोठ्या मोठ्या मुलींवर विजय मिळविला होता आपण. बक्षीस म्हणून मिळालेला चांदीचा पेला हे त्या छोट्या ललितेच्या दृष्टीने जगातले सर्वांत मोठे असे सुखनिधान होते तेव्हा! तो पेला आता कुठे अडगळीत पडला असेल, कुणाला ठाऊक! मंगलला वाळे केले, तेव्हा आईने मोडीतही घातला असेल तो कदाचित!

या भ्रमंतीत आपण कुठे चाललो आहो, याचे तिला नीटसे भान नव्हते. पण आपल्याभोवती काळसर सावल्या पडू लागल्या आहेत, याची जाणीव होताच ती दचकली. तिने वर पाहिले. सूर्य मावळायला अजून थोडा अवकाश होता. परंतु रानात कुठून तरी चारीबाजूंनी अस्वले गोळा व्हावीत, तसे आभाळात सर्व दिशांना काळेकुट्ट ढग दाटत होते. ती चिठ्ठी पाठविण्याऱ्या व्यक्तीला भेटण्याकरिता सरळ योगेश्वरीकडे जायचे सोडून आपण गावात उगीच फिरत राहिलो आहो, या गोष्टीची आता तिला चीड आली. आपले मन भित्रे आहे, चंचल आहे, की दुबळे आहे, हे तिला कळेना! शिकून-सवरून बायका अशाच दुबळ्या राहायच्या असतील, तर--

ती निग्रहाने परत वळली आणि झपझप चालू लागली, योगेश्वरीच्या देवळापाशी ती आली, तेव्हा करकरीत तिन्हीसांज झाली होती. भरून आलेल्या आभाळामुळे संधिप्रकाश काजळ धरलेल्या मंद दीपज्योतीप्रमाणे भासत होता. ती लगबगीने देवळात गेली. एक म्हातारा आपल्या नातवाला खांद्यावर बसवून उंच करीत होता. त्या पोराने मोठ्या आनंदाने घंटा वाजविली. त्या मधुर गंभीर नादाच्या तंद्रीत ती पुढे झाली. शोधक दृष्टीने तिने इकडे तिकडे पाहिले. देवळात आणखी कुणीच नव्हते. विचार करीत ती गाभाऱ्यापाशी आली. आतला मिणमिणारा प्रकाश, देवीचे ओबडधोबड रूप, पाकोळ्याच्या नेहमीच्या वस्तीमुळे आणि दाटलेल्या दीपोष्टामुळे येणारा वास या सर्वांचा एक विचित्र संमिश्र संस्कार तिच्या मनावर झाला. देवीला नमस्कार न करता ती झटकन् वळली. पायऱ्या उतरून ती बाहेर आली आणि मागच्या बाजूला गेली.

कमलाकर आणि ती जिथे बसत असत, त्या खडकाकडे दृष्टी टाकली. सारे अंधूक अंधूक दिसू लागले होते. पण त्या खडकावर कुणी तरी बसले आहे, असा तिला भास झाला. कदाचित तो मधलाच एखादा किंचित उंच असा खडक होता, की कुणी माणूस होते - ती धीटपणाने पुढे आली. जवळ जाताच तिथे कुणी तरी बसले आहे, अशी तिची खात्री झाली. ती व्यक्ती ती स्त्री नव्हती, हे उघड होते. मग पत्रावरले ते बायकी अक्षर?

तिची चाहूल लागताच त्या व्यक्तीने मागे वळून पाहिले आणि ती हसत उद्गारला,

'तू येशील अशी खात्री होती माझी!'

दिवाकराचाच आवाज होता तो! पण तो खोल गेला आहे, असे ललितेला वाटले. ती त्याच्या शेजारच्या खडकावर जाऊन बसली. तिने आता जवळून त्याच्या चेहऱ्याकडे पाहिले. त्याचे गाल बसले होते. त्यामुळे हाडे वर उठून मोठी चमत्कारीक दिसत होती. पाच-सहा दिवसांत त्याने दाढी केली नसावी! नकळत तिच्या मनाने कमलाकराच्या देखण्या आणि नीटनेटक्या आकृतीशी त्याची तुलना केली. लगेच तिने त्याला प्रश्न केला,

'हल्ली रहस्यकथा लिहायला लागलाहेस, वाटतं?'

तो तिच्याकडे आश्चर्याने पाहत राहिला तेव्हा ती हसत पुढे म्हणाली,

'अहो देशभक्त, पत्राच्या खाली निदान सही तरी करायची!'

दिवाकर हसत उद्गारला,

'ही सारी विमलची कारवाई दिसतेय्! मला बरं नव्हतं, म्हणून तिला पत्र लिहायला सांगितलं मी! तिला वाटतंय्, मी कुणीतरी बडा भूमिगत पुढारी आहे. मला पकडण्याकरिता पोलिस जिकडंतिकडं टपले आहेत! त्यामुळं ती प्रत्येक बाबतीत अशी फाजील काळजी घेते नि मग घोटाळा होतो!'

विमलचे आणि दिवाकराचे फार रहस्य असले पाहिजे, त्याचे तिच्यावर बहुधा प्रेम बसले असावे, असा विचार ललितेचे अंतर्मन एकीकडे करीत होते नि दुसरीकडे ती मोठ्या आपुलकीने त्याला विचारीत होती,

'काय होत होतं तुला?'

दिवाकर उत्तरला,

'तसं काही विशेष नाही. दक्षिण कोकण पाहिलं नव्हतं कधी. म्हणून मधे विमलबरोबर तिकडं भटकायला गेलो. खूप खूप फिरलो. खेड्यापाड्यांत राहिलो. तिथं हा तापाचा प्रसाद मिळाला.'

ललितेने मधेच प्रश्न केला,

'उन्हाळ्यात मलेरिया असतो तिकडं?'

उन्हाळा काय नि पावसाळा काय? कुणी कधी काळजी केली आहे असल्या कोपऱ्यात पडलेल्या हजारो खेड्यापाड्यांची? तिथली माणसं - ती माणसं आहेत

हे...जाऊ दे ते! काळोख पडायला लागलाय्! तुला लवकर घरी परतायला हवं. तुझ्या घरीच येणार होतो मी. पण विमल म्हणाली--'

विमलचा असा वारंवार उल्लेख करणे बरे नव्हे, हे मनात आल्यामुळेच की काय, तो क्षणभर थांबला आणि म्हणाला,

'तुझ्या तात्यांची ओळख करून घ्यावी, त्यांच्याशी खूप खूप वादविवाद करावा, असं मला अनेकदा वाटतं. उल्काताई तर त्यांच्याविषयी इतक्या आदरानं बोलत होत्या काल! ललिता, तुला बी. ए. मध्ये सुवर्णपदक मिळालं, या गोष्टीपेक्षा तू तात्यांची मुलगी आहेस, ही गोष्ट फार महत्त्वाची आहे. मोठी भाग्यवान आहेस तू!'

दिवाकर एकदम स्तब्ध झाला. त्याला काय उत्तर द्यायचे, ते ललितेला कळेना. चार-दोन क्षण गोंधळून ती म्हणाली,

'तू काय सांगणार आहेस मला?'

तो हसला आणि म्हणाला,

'मी दिलेलं मादाम क्यूरीचं चरित्र तू वाचलंस?

'वाचलं!'

'कसं काय वाटलं तुला?'

'आवडलं ते मला!'

'नुसतं आवडलं?'

दिवाकर पुन्हा स्तब्ध झाला. तो काहीतरी विचार करीत असावा! थोड्या वेळाने तिच्याकडे टक लावून पाहत तो म्हणाला,

'माझी एक मागणी आहे तुझ्यापाशी!'

एक विचित्र चमक ललितेच्या रोमरोमांतून शिरशिरत गेली. क्षणभर पाठीत उसण भरल्यामुळे होऊन ती अवघडली.

दिवाकर म्हणाला,

'तू काकासाहेबांची सून होणार आहेस, ही फार चांगली गोष्ट आहे. तुझी त्यांच्यावर फार माया आहे, म्हणे. तू एखादा हट्ट धरलास, तर तो पुरविल्याशिवाय ते राहणार नाहीत, अशी इथं पुष्कळांची समजूत आहे.'

त्याच्या बोलण्याचा रोख ललितेच्या लक्षात येईना. ती विलक्षण चिठ्ठी मिळाल्यापासून तिचे अंतर्मन एका विचित्र कल्पनारम्य वातावरणात वावरत होते. दिवाकर खडकावर बसलेला दिसला आणि त्याचा आवाज तिने ओळखला, तेव्हा एक गोड अंधूक कल्पना तिच्या मनात डोकावून गेली होती - त्याचे आपल्यावर प्रेम असावे. आपले लग्न कमलाकराशी ठरत आहे, हे कळल्यावर त्याला स्वत:ची ही भावना तीव्रतेने जाणवली असावी. ती आपली भेट अशा निर्जन स्थळी घेत आहे, ती ही भावना प्रगट करण्याकरिताच! ती कल्पना पुन्हा तिच्या मनाच्या पृष्ठभागावर तरंगू लागली.

पण तिचा त्याच्या उद्‌गारांशी मेळ बसेना. तू काकासाहेबांची सून होणार, ही मोठ्या आनदांची गोष्ट आहे, असे तो आताच म्हणाला होता मग... छे! प्रेमयाचनेचे असले अद्‌भुतरम्य प्रसंग नाटके-कादंबऱ्यांत घडत असतील! पण प्रत्यक्ष व्यवहारात?... जीवनही काही कादंबरी नाही. मग दिवाकराला एवढे मोठे काय गुपित सांगायचे आहे आपल्या कानात? काय हवंय् त्याला? इथं या कातरवेळेला त्याने आपल्याला-

दिवाकर स्तब्ध बसला होता. त्याच्या कृश हातांची लांबसडक बोटे एकमेकांत गुंफली गेली होती. त्या बोटांची सारखी चाललेली चाळवाचाळव त्याच्या मनाची अस्वस्थता व्यक्त करीत होती. थोड्या वेळाने त्याने आपले गुंफलेले हात दूर केले. तो ललितेला म्हणाला,

'एक फार अवघड काम सांगणार आहे मी तुला!'

ललितेच्या मनात अनेक चित्रविचित्र कल्पना पुन्हा डोकावून गेल्या. दिवाकर भूमिगत आहे. त्याला आपल्या घरी लपून राहायचे असेल का? तसे काही त्याने विचारले, तर आपण चटकन् ती गोष्ट कबूल करावी, की नाही? तात्यांना ते कितपत आवडेल? मावशीला ; कमलाकर दररोज आपल्याला भेटायला येणार, ते घरभर वावरणार! छे! दिवाकर एरवी कितीही चांगला असला, तरी त्याचा हा चळवळ्या स्वभाव, त्याचा हा गुप्तपणा-

दिवाकर शांतपणाने म्हणाला,

'उद्या, दत्तक घ्यायच्या वेळी काकासाहेबांनी कारखाना मजुरांच्या मालकीचा करावा, त्यांच्या मुलाने विश्वस्त म्हणून त्याची व्यवस्था पाहावी, अशी उल्काताईंची उत्कट इच्छा आहे. तसं झालं, तर गांधीवादाचं सामर्थ्य लोकांना पटेल, असं त्यांना वाटतं. माझ्या दृष्टीनं हे सारं स्वप्नरंजन आहे. गांधींना सामान्य मनुष्य कधीच कळला नाही! त्याच्या अंत:करणात कामक्रोधाचे आणि लोभमोहाचे जे ज्वालामुखी सदैव धुमसत असतात, त्यांची जाणीवच त्यांना झाली नाही. त्या ज्वालामुखीवरच्या हिरवळीकडे पाहून त्यांनी आपले सामाजिक क्रांतीचे सर्व सिद्धान्त बांधले. गांधी असेपर्यंत त्यांच्या आधाराने ते कसेबसे उभे राहिले. पण आता ते कोसळून पडायची वेळ आली आहे. तूच पाहा, गेल्या पाचसहा महिन्यांत--'

तो एकदम थांबला, मोठ्याने हसला आणि म्हणाला,

'फार दिवस व्याख्यान द्यायची संधी न मिळाल्यामुळं जीभ खुमखुमतेय् माझी. तुझ्यासारखा रसिक श्रोताही मिळालाय्! पण--'

अधिक अधिक काजळू लागलेल्या आकाशाच्या कोपऱ्यात एकच चांदणी लखलखत होती. तिच्याकडे टक लावून पाहत तो म्हणाला,

'काकासाहेबांनी तो कारखाना मजुरांच्या मालकीचा करावा, असा हट्ट तू त्याच्यापाशी धरलास, तर-'

'मी?' ललिता मधेच उद्गारली. तिच्या आवाजात विचित्र प्रकारचा कंप होता. 'तुला राक्षसाशी लढायचं आहे', असे एखाद्या लहान मुलाला कुणीतरी सांगावे, तसे त्याचे उद्गार तिला वाटले असावेत! तिच्या एकाक्षरी प्रश्नाकडे दुर्लक्ष करून दिवाकर म्हणाला,

'ललिता, मी सांगतोय्, ते व्यवहाराच्या दृष्टीनं मूर्खपणाचं आहे. पण एक लक्षात ठेव. आतापर्यंत जगाची प्रगती झाली, ती काही व्यवहारी माणसांनी घडवून आणली नाही. ती ध्येयवाद्यांनीच केली आहे. स्वत:चे रक्त सांडून कुटुंबांच्या सुखावर निखारे ठेवून प्रसंगी स्वत:ला जिवंतपणी जाळून घेऊन त्यांनी जगाला नवं रूप दिले आहे. तुझ्याजागी आमची गौरी असती, शैलजा किंवा कलिका यांच्यासारखी दुसरी मुलगी असती, तर तापातून उठल्याबरोबर इतके लांब येण्याचे श्रम मी घेतलेच नसते पण -तुझे संस्कार फार मोठे आहेत. तुला कदाचित कल्पना नसेल...तुझ्यामध्ये एक सात्त्विक शक्ती आहे. ती जागी झाली, तर-'

दिवाकराच्या या शब्दांनी ललितेचे एक मन प्रफुल्लित होत होते, दुसरे भीतीने अंग चोरून बसले होते. केवळ आपल्याला खूश करण्याकरिता तो हे बोलत आहे, असे तिला वाटेना. पण त्याला काय उत्तर द्यायचे, तेही तिला कळेना!

दिवाकराची दृष्टी अद्यापी त्या चांदणीवरच खिळली होती. आता ती मघासारखी लखलखत नव्हती. एक काळाकुट्ट ढग तिच्याजवळ आला होता. क्षण, दोन क्षण ती लुकलुकली. मग ती दिसेनाशी झाली. त्याने ललितेकडे आपली नजर वळविली. आर्त गंभीर स्वराने तो म्हणाला,

'ललिता, आपली पिढी जितकी अभागी, तितकीच भाग्यवान् आहे. जुनं जग आणि नवं जग यांच्या सीमेवर आपण उभे आहो. माणुसकीचा कोंडमारा करणाऱ्या त्या जुन्या जगात राहायची आपल्यापैकी कुणाचीच इच्छा नाही. पण माणुसकीची पूजा करणारं नवं जग अजून निर्माण व्हायचंय्. ते आपोआप अवतरणार नाही. तू, मी आणि आपल्यासारखी लाखो तरुण माणसं आशेनं आणि श्रद्धेनं कामाला लागली, तरच ते जग घडविलं जाईल. माणसाला माणूस म्हणून या पृथ्वीवर जगता येईल. नाहीतर--' तो एकदम थांबला आणि हसत उद्गारला, 'पाहिलंस हे असं होतं. कॉलेजात माझी भाषणं तुला फार आवडत. म्हणून मी आपला आता सुद्धा --' लगेच तो गंभीर झाला आणि म्हणाला, 'एक शिकलेली मुलगी म्हणून, समतेचा जयजयकार करणाऱ्या नव्या पिढीची प्रतिनिधी म्हणून तू काकासाहेबांच्याकडं जायला हवं. दुसऱ्या कुणासाठी नाही तरी निदान स्वत:साठी तू या बाबतीत त्यांच्याशी स्पष्टपणे बोलायला हवं. तू त्यांची सून होणार आहेस, ती श्रीमंतीसाठी नाही, एवढं तरी त्यांना कळू दे. हा केवळ उल्काताईंच्या गांधीवादाचा प्रश्न नाही, कामगारांच्या हक्कांचा प्रश्न नाही. तुझ्या स्वाभिमानाचा प्रश्न आहे.'

त्याच्या शब्दाशब्दाने तिला डिवचले. तिचे मन एकदम उसळून उठले. आपण केवळ पैशासाठी कमलाकरांशी लग्न करणार आहो, अशी या दिवाकराची कल्पना झाली आहे काय? ठीक आहे. ती एका क्षणार्धात -

मघाशी काकासाहेबांची तिला वाटणारी भीती कुठल्या कुठे नाहीशी झाली. किंचित रागीट स्वराने तिने प्रश्न केला,

'पण काकासाहेब माझं ऐकतील, असं थोडंच आहे?'

'ते ऐकू देत अगर न ऐकू देत. तू त्यांच्याकडे जाशील ना?'

आपण जाऊ, की न जाऊ, याविषयी त्याच्या मनात अद्यापि शंका आहे, असा ललितेला भास झाला. तिचा अहंकार अधिकच दुखावला गेला. ती मघापेक्षा अधिक रागीट स्वराने म्हणाली,

'अजून तुला खात्री नाही वाटत माझी? हवं तर वचन देते! मग झालं? तुम्ही कम्युनिस्ट वचनबिचन सारं झूट मानीत असाल, म्हणा! पण एक सांगते तुला, दिवाकर. मी तात्यांची मुलगी आहे. तात्या तुझ्यासारखे क्रांतिकारक नसतील! मी तर काय शेकडो शिकलेल्या मुलींसारखी एक मुलगी आहे. पण एक गोष्ट विसरू नकोस. आम्ही - आम्हीही माणसेच आहो.'

दिवाकराच्या वर्मी लागेल, त्याचा अहंकार दुखावला जाईल, असं काहीतरी कटू, बोलायचं तिच्या मनात होते. पण तसले शब्दच तिच्या जिभेवर येईनात. बोलता-बोलता तिने आपला हात वर उचलला होता. दिवाकर आपल्या जागेवरून उठला आहे आणि वचन घेण्याकरता त्याने आपला हात पुढे केला आहे, हे आता ललितेच्या लक्षात आले. 'आपण वचन देतो' म्हणून सांगितले, तरी तो ते आपल्याकडून मागेल, अशी तिची कल्पना नव्हती. आता ते देण्याखेरीज तिला दुसरी गतीच नव्हती. तिने त्याच्या हातातवर हात ठेवला. परस्परविरोधी जाणिवाचे दोन प्रतिध्वनी एकदम तिच्या अंतर्मनात उमटले. कमलाकरापेक्षा दिवाकराचा हात किती मृदू आहे आणि-आणि किती ऊन आहे तो! नकळत तिच्या तोंडातून शब्द बाहेर पडले,

'ताप आहे तुझ्या अंगात!'

दिवाकर नुसता हसला. आणि चालू लागला. तीही मुकाट्याने उठली आणि त्याच्या मागोमाग जाऊ लागली. देवळापुढे येताच दिवाकर अर्धवट वळला आणि म्हणाला,

'ललिता, सरकारच्या दृष्टीनं मी कम्युनिस्ट आहे. मामांच्या दृष्टीनं मी एक वाया गेलेला मुलगा आहे. पण मी कोण आहे, हे खरं सांगू तुला? कधी काळी माझ्याविषयी तुझा गैरसमज झाला, माझ्यावर तू रागावलीस, तर एक गोष्ट विसरू नकोस -- दिवाकर माणूस होता; छे! चुकलो! माणूस होण्याची धडपड करणारा तो एक प्राणी होता!'

❐